ആകാശപ്പറവകൾ

akasapparavakal

•

gifu melattoor

•

first edition
february 2018

•

typesetting & published
chintha publishers, thiruvananthapuram

•

cover
vinod

വിതരണം

ദേശാഭിമാനി ബുക്ക് ഹൗസ്

H O തിരുവനന്തപുരം-695 035
phone: 0471-2303026, 6063026
www.chinthapublishers.com
chinthapublishers@gmail.com

ബ്രാഞ്ചുകൾ

ഹെഡ്ഡാഫീസ് ബ്രാഞ്ച് കുന്നുകുഴി • സ്റ്റാച്യു തിരുവനന്തപുരം • കെ എസ് ആർ ടി സി ബസ് സ്റ്റേഷൻ ആലപ്പുഴ • കെ എസ് ആർ ടി സി ബസ് സ്റ്റേഷൻ എറണാകുളം • മച്ചിങ്ങൽ ലെയ്ൻ തൃശൂർ • ഐ ജി റോഡ് കോഴിക്കോട് • മാവൂർ റോഡ് കോഴിക്കോട് • എൻ ജി ഒ യൂണിയൻ ബിൽഡിങ് കണ്ണൂർ • സെൻട്രൽ ബസ് ടെർമിനൽ കോംപ്ലക്സ് താവക്കര കണ്ണൂർ

CO - VV. 131 / 2816 / 4550
ISBN - 978-93-86637-86-4

ആകാശപ്പറവകൾ

മനുഷ്യൻ ആകാശം കീഴടക്കിയ കഥ

ഗിഫു മേലാറ്റൂർ

ചിന്ത പബ്ലിഷേഴ്സ്
തിരുവനന്തപുരം-695 035

ഗിഫു മേലാറ്റൂർ

വള്ളുവനാട് താലൂക്കിലെ മേലാറ്റൂരിൽ ജനനം. ആർ എം എച്ച് എസ് മേലാറ്റൂർ, പി ടി എം ഗവൺമെന്റ് കോളേജ് പെരിന്തൽമണ്ണ, ഗവ. പോളിടെക്നിക് അങ്ങാടിപ്പുറം എന്നിവിടങ്ങളിൽ വിദ്യാഭ്യാസം. റിയാദിലെ അൽ-മുഗ്നി പബ്ലിക്കേഷനിൽ ജോലി ചെയ്തു. ബാലാസാഹിത്യരംഗത്തും വൈജ്ഞാനികരംഗത്തും നിരവധി പുസ്തകങ്ങൾ പ്രസിദ്ധീകരിച്ചു. 44 നോവലുകളും ആയിരത്തോളം കഥകളും സ്കിറ്റുകളും വൈജ്ഞാനികസാഹിത്യലേഖനങ്ങളും എഴുതിയിട്ടുണ്ട്. ഈ വിഷയങ്ങളിൽ ഇപ്പോഴും സജീവം.

വിലാസം : മേലേടത്ത്
മേലാറ്റൂർ പി ഒ
മലപ്പുറം - 679326

ഫോൺ : 9946427601

ഉള്ളടക്കം

പ്രസാധകക്കുറിപ്പ്

പ്രകൃതി തന്നെയാണ് മനുഷ്യന്റെ ശാസ്ത്രീയമായ അന്വേഷണങ്ങൾക്കും കണ്ടെത്തലുകൾക്കും അടിസ്ഥാനം എന്നു പറഞ്ഞുവയ്ക്കുകയാണ് ഗിഫു മേലാറ്റൂർ തന്റെ *ആകാശപ്പറവകൾ* എന്ന ഈ പുസ്തകത്തിലൂടെ. രസകരമായി വായിച്ചുപോകാവുന്നതും അറിവു പകരുന്നതുമായ ഈ പുസ്തകം കുട്ടികളുടെ ശാസ്ത്രഭാവനയെ ജ്വലിപ്പിക്കാൻ ഉതകുന്നതുമാണ്.

വിജ്ഞാന വർഷം പരമ്പരയിൽ ഉൾപ്പെടുത്തി ഈ ഗ്രന്ഥം ഞങ്ങൾ പ്രസിദ്ധീകരിക്കുകയാണ്.

ഇതാ നിങ്ങൾക്കായി പറന്നുയരുന്നു ആകാശപ്പറവകൾ.

ചിന്ത പബ്ലിഷേഴ്സ്

ആമുഖം

പ്രകൃതിയുടെ പുനരാവർത്തനം

മനുഷ്യരായ നാം പിന്നിട്ടുപോന്ന വഴിത്താരകളിലേക്കൊന്ന് പിന്തിരിഞ്ഞുനോക്കിയാൽ അവിടെയെല്ലാം പുതിയപുതിയ കണ്ടുപിടുത്തങ്ങളുടെ തങ്കത്താളുകൾ കാണുവാൻ കഴിഞ്ഞേക്കുമെന്നുറപ്പ്. അവയ്ക്കോരോന്നിനും നൂറ്റാണ്ടുകൾ നീണ്ടുനിന്ന ത്യാഗത്തിന്റെയും സമർപ്പണത്തിന്റെയും വേദനകളുടെയും കുറെയേറെ കഥകൾ പറയാനുണ്ടാകും. നാം ഇന്ന് അനുഭവിച്ചുകൊണ്ടിരിക്കുന്ന ഏറ്റവും ലഘുവായ ഒരു സൗകര്യം പോലും നമ്മുടെ പൂർവ്വികർ ഏറെ അദ്ധ്വാനിച്ചും മാനസികമായും ശാരീരികമായും ഉണ്ടായ സംഘർഷങ്ങൾക്കു പിന്നാലെ നേടിയതാണെന്ന് ആലോചിച്ചാൽ ബോദ്ധ്യപ്പെടുന്നതാണ്.

പ്രകൃതിയിലേക്ക്

നമ്മുടെ നേട്ടങ്ങളെപ്പറ്റി നാം ഊറ്റം കൊള്ളുന്നതിന് മുമ്പ് പിറകിലേക്കുകൂടിയൊന്നു കണ്ണോടിക്കണം. മനുഷ്യരാശിക്കുതന്നെ ജന്മം നല്കിയ പ്രകൃതി എന്ന ദൈവത്തിന്റെ വരദാനത്തിലേക്ക്- അപ്പോൾ നാം തിരിച്ചറിഞ്ഞുതുടങ്ങും നമുക്ക് സ്വന്തമെന്ന് നാം ധരിച്ചിരുന്ന പലതും പ്രകൃതി അനേകലക്ഷം വർഷങ്ങൾക്കുമുമ്പ് നടത്തിയ കണ്ടുപിടുത്തങ്ങളുടെയും തന്ത്രങ്ങളുടെയും പുനരാവർത്തനം മാത്രമാണ് എന്ന പരമാർത്ഥം.

സ്രഷ്ടാവിന്റെ മഹത്ത്വം

നാം നമുക്ക് മാത്രം സ്വകാര്യസമ്പാദ്യങ്ങൾ എന്നഹങ്കരിക്കുകയും ആരെയും വെല്ലുവിളിക്കുകയും ചെയ്തിരുന്നവയൊക്കെ നമുക്ക് സ്വന്തമല്ല എന്നു വന്നിരിക്കുന്നു. ഇവിടെ ഓർമ്മിക്കേണ്ടതായ ഒരു വസ്തുത

യുണ്ട്. നമ്മുടെ കണ്ടുപിടുത്തങ്ങളും നേട്ടങ്ങളുമെല്ലാം നാം ജീവിക്കുന്ന പ്രകൃതിയിലെ പ്രതിഭാസങ്ങളുടെ ആവർത്തനം മാത്രമാണ്. അപ്പോൾ ഈ കണ്ടുപിടുത്തങ്ങളോടെ താൻ പ്രകൃതിയെ ഒന്നാകെ കാല്ക്കീഴിലമർത്തുകയാണ് എന്ന ധാരണ അബദ്ധമാണ്. ഇതിലൂടെയെല്ലാം നാം പ്രകൃതിയെയും പ്രകൃതിയുടെ സ്രഷ്ടാവിനെയും കൂടുതൽ സ്വന്തമാക്കി മാറ്റുകയാണ്. മണ്ണിൽ വിടർന്ന കൊച്ചു ചെടിയും ആകാശ മാർഗ്ഗേണ സഞ്ചരിക്കുന്ന പറവയും മനുഷ്യനും സഹോദരങ്ങളാണ് എന്ന പ്രകൃതി തത്ത്വം.

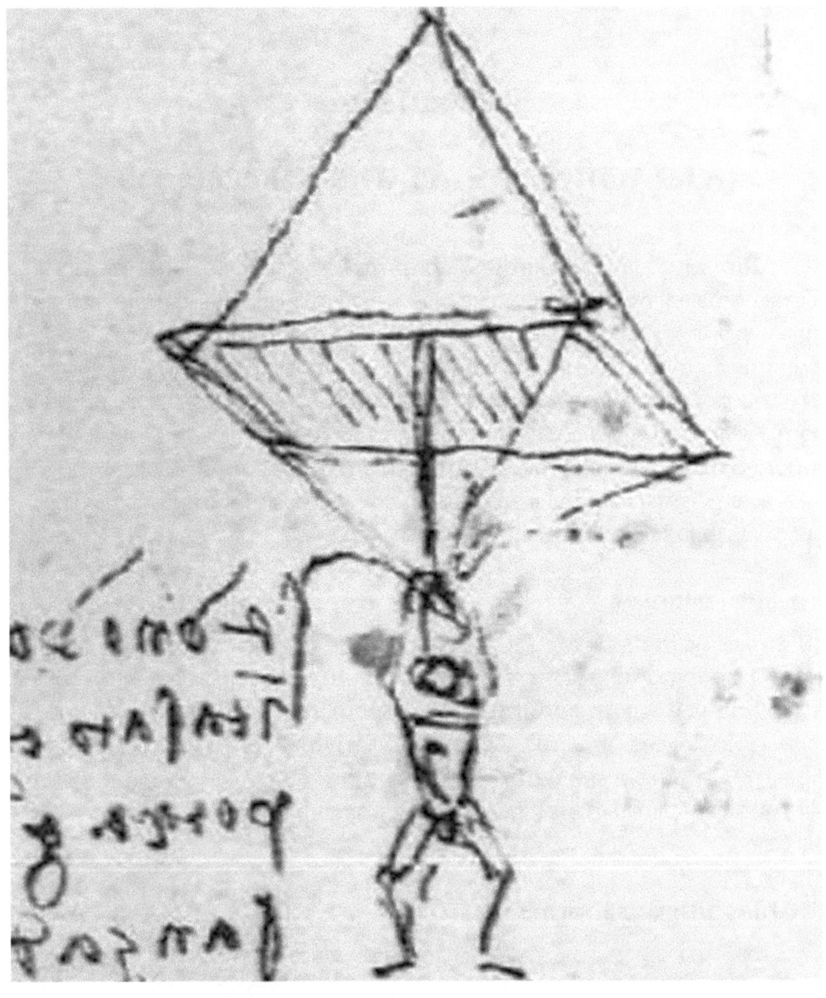

ഡാവിഞ്ചി രൂപകല്പന ചെയ്ത പാരച്യൂട്ട്

പ്രഥമന്മാർ പറവകൾ

മനുഷ്യന്റെ ശാസ്ത്രീയമായ അന്വേഷണങ്ങൾക്കും കണ്ടെത്തലുകൾക്കും അടിസ്ഥാനം പ്രകൃതി തന്നെയാണ്. അമേരിക്കക്കാരായ റൈറ്റ് സഹോദരന്മാർ 1903 ൽ കണ്ടുപിടിച്ച സൂത്രമാണ് വിമാനമായി പരിണമിച്ചത് എന്നതാണ് നാമൊക്കെ വിശ്വസിച്ചതും പഠിച്ചതും. ലക്ഷോപലക്ഷം കൊല്ലങ്ങളായി പ്രകൃതി തന്റെ വിമാനങ്ങൾ ഇടതടവില്ലാതെ പറത്തുന്നുണ്ട്-പക്ഷികൾ.

നൂറ്റാണ്ടുകൾക്കു മുമ്പേ

പ്രതിഭാധനനായ ഡാവിഞ്ചി എന്ന ചിത്രകാരനാണ് ആദ്യമായി ഒരു പാരച്യൂട്ട് രൂപകല്പന ചെയ്തത് എന്ന് ചരിത്രം പറയുന്നുണ്ട്. ശരി തന്നെ. എന്നാൽ ആകാശത്ത് പാറിപ്പറന്നു നടക്കുന്ന അപ്പൂപ്പൻ താടികളല്ലേ ലോകത്ത് ആദ്യമുണ്ടായ പാരച്യൂട്ടുകൾ. അന്തർവാഹിനികളുടെ കണ്ടുപിടുത്തത്തിനു പ്രേരണയായത് മത്സ്യങ്ങളായിരുന്നില്ലേ......

ഇനി നമുക്ക് നാം ജീവിക്കുന്ന ലോകത്തിലെ ആകാശമാർഗ്ഗത്തിലെ മഹാത്ഭുതങ്ങളിലേക്ക് കൈപിടിച്ച് യാത്രയാവാം. മനുഷ്യൻ ആകാശയാനം സാദ്ധ്യമാക്കിയ കഥകൾ രസകരമായി വിവരിക്കുന്ന ഒരു ഗ്രന്ഥമാണിത്. വിദ്യാർത്ഥികൾക്കും മറ്റും വിശേഷപ്പെട്ട ഒരു ഉപകാരി പുസ്തകം.

ഗിഫു മേലാറ്റൂർ

ആകാശയാത്രകൾക്ക് ശുഭാരംഭം

അനന്തമായ നീലാകാശത്തിലൂടെ പറവകൾ യഥേഷ്ടം പറന്നു നടക്കുന്നത് നിങ്ങൾ കണ്ടിട്ടില്ലേ അത് നോക്കി നില്ക്കാൻ നമുക്കെന്തിഷ്ടമാണ്. പക്ഷികളെപ്പോലെ അങ്ങനെ പറന്നുനടക്കാൻ കഴിഞ്ഞിരുന്നെങ്കിൽ എന്ന് ഒരിക്കലെങ്കിലും മോഹിച്ചു പോയിട്ടില്ലാത്ത ആരുമുണ്ടെന്നു തോന്നുന്നില്ല. നമ്മുടെ പൂർവ്വികരിൽ ചില സാഹസികർ, പ്രത്യേകമായി നിർമ്മിച്ച ചിറകുകൾ ശരീരത്തോട് ഘടിപ്പിച്ച് പറക്കാൻ ശ്രമിച്ചതായി നമുക്കറിയാം. മെക്കാനിക്കായ ഇക്കാരസ് എന്ന യവനസുന്ദരൻ ഈ സാഹസികതയ്ക്ക് ഉദാഹരണമാണ്. എന്നാൽ അവർക്കാർക്കും പക്ഷികളെപ്പോലെ പറക്കാൻ കഴിഞ്ഞിട്ടില്ല. അങ്ങനെ ചിറകുകൾ ഘടിപ്പിച്ച് കുന്നുകളുടെ മുകളിൽനിന്നും ഗോപുരത്തിന്റെ ഉച്ചിയിൽനിന്നുമൊക്കെ ചാടിയ പലർക്കും കൈകാലുകൾ ഒടിയുകയോ രക്തസാക്ഷികളായി മാറുകയോ ഉണ്ടായിട്ടുണ്ട്.

ബലൂൺ എന്ന ആശയം

എന്നാൽ അപകടങ്ങൾ ഉണ്ടായിട്ടും മനുഷ്യരുടെ പറക്കാനുള്ള ഉദ്യമങ്ങൾ അവസാനിച്ചില്ല. തല പുകഞ്ഞുള്ള ആലോചനയ്ക്കൊടുവിൽ, ആകാശമാർഗ്ഗമുള്ള യാത്രയ്ക്കായി, വായുവിനേക്കാൾ ഭാരം കുറഞ്ഞ വ്യോമയാനം ഉണ്ടാകണമെന്ന് അവൻ കണ്ടുപിടിച്ചു. ഇതിനായി മനുഷ്യൻ ആദ്യമായി ഉപയോഗിച്ചത് ബലൂണുകളായിരുന്നു. വെള്ളത്തിനേക്കാൾ ഭാരം കുറഞ്ഞ വസ്തുക്കൾ വെള്ളത്തിൽ പൊങ്ങിക്കിടക്കുന്നു. അതുപോലെ വായുവിനേക്കാൾ ഭാരം കുറഞ്ഞ വസ്തുക്കൾ വായുവിലും താഴാതെ നില്ക്കുമെന്ന് കണ്ടുപിടിച്ചു. ഇത്തരത്തിലുള്ള ഒരു വസ്തു എങ്ങനെ കണ്ടുപിടിക്കുമെന്നായി പിന്നത്തെ അന്വേഷണം.

ചൈനക്കാർ

ഈ പ്രശ്നത്തിനു പരിഹാരം കണ്ടുപിടിച്ചത് ചൈനക്കാരായിരുന്നു. ചൂടുപിടിച്ച വായുവിന് സാധാരണ വായുവിനേക്കാൾ ഭാരം കുറവാണെന്ന് ചൈനക്കാരാണ് കണ്ടെത്തിയത്. എന്നാൽ ഈ ഒരു കണ്ടുപിടുത്തംകൊണ്ട് ആകാശ യാത്രകൾക്ക് ഹരിശ്രീ കുറിക്കാനൊന്നും ചൈനക്കാർക്കായില്ല. കാറ്റുനിറച്ച ബലൂണിൽ ചൂടുപിടിച്ച വായുനിറച്ച് മനുഷ്യന്റെ മോഹം സഫലമാക്കിയത് ഫ്രാൻസിലെ മോൺ ഗോൾഫിയൻ സഹോദരന്മാരാണ്. ഏതൊരു കണ്ടുപിടുത്തത്തിന്റെയും പിറകിൽ രസകരവും കൗതുകകരവുമായ കഥകൾ ഉണ്ടാകും. തലയിൽ ആപ്പിൾ വീണപ്പോൾ സാർ ഐസക് ന്യൂട്ടൺ, ഭൂമിക്ക് ഗുരുത്വാകർഷണമുണ്ടന്ന് കണ്ടുപിടിച്ചപോലെ ഫ്രാൻസിലെ ഒരു കടലാസ്ഫാക്ടറി ഉടമയായ ജാക്വസ് മോണ്ട് ഗോൾഫിയർ ഒരു ദിവസം അതിശയകരമായ ഒരു കാഴ്ച കണ്ടു. നനഞ്ഞ വസ്ത്രം പെട്ടെന്നുണങ്ങാനായി അഴലിനുതാഴെ തീ കൂട്ടി കത്തിക്കുകയായിരുന്നു ജാക്വസിന്റെ ഭാര്യ. അപ്പോഴതാ വിസ്മയകരമായ ഒരു ദൃശ്യം-വസ്ത്രം ആകാശത്തേക്ക് പറന്നുയരുന്നു.

താപവ്യതിയാനം

ചൂട് തട്ടിയപ്പോഴാണ് വസ്ത്രം പറന്നുപൊങ്ങിയത്. വസ്ത്രത്തിനുള്ളിൽ അകപ്പെട്ട ചൂടുള്ള വായുവാണ് പണിപറ്റിച്ചത്. ചൂടുള്ള വായുവിന് തണുത്ത വായുവിനേക്കാൾ ഭാരം താരതമ്യേന കുറവായിരിക്കും. അതിനാൽ ചൂടുള്ളവായു മുകളിലേക്കുയരും. തണുത്ത വായു താഴേക്ക് നീങ്ങുകയും ചെയ്യും. കാറ്റുണ്ടാകുന്നതുപോലും ഈ താപവ്യതിയാനത്തിലാണത്രേ. ജാക്വസിന് പിന്നെ വിശ്രമമുണ്ടായില്ല. തന്റെ സഹോദരനായ ജോസഫ് ഗോൾഫിയെയും മറ്റും ചേർത്ത് ഒരു കൂറ്റൻ ബലൂൺ ഉണ്ടാക്കി. കട്ടിയുള്ള തുണിയും കാറ്റുചോർച്ച തടയാൻ ബലൂണിന് ചുറ്റും കടലാസുകളുമൊട്ടിച്ചു. ചൂടുവായു നിറച്ച ആ ബലൂൺ അവരെ അത്ഭുതപ്പെടുത്തിക്കൊണ്ട് മുകളിലേക്കുയർന്നു. 1783 ജൂൺ 5 നായിരുന്നു ലോകത്തിലെ ആദ്യത്തെ ബലൂൺ ആകാശത്തിലേക്കുയർന്ന മഹാസംഭവമുണ്ടായത്. ഇതേ വർഷംതന്നെ പിലാറ്റർ സിറോസിയർ എന്ന വിദ്വാനും തന്റെ ചങ്ങാതിയായ മാർക്വിസ്അർലാൻഡസും ചേർന്ന് കടലാസ് ബലൂണിൽ കയറി യാത്ര ചെയ്തു.

ആദ്യത്തെ ബലൂൺ യാത്രക്കാർ

ആദ്യ സംരംഭം വിജയിച്ചുവെന്നുറപ്പായപ്പോൾ ഗോൾഫിയർ സഹോദരന്മാർ, തങ്ങളുടെ ബലൂണിൽ ചില പരീക്ഷണങ്ങൾ നടത്താൻ തീരുമാനിച്ചു. വെറും ബലൂൺ മാത്രമായങ്ങനെ ആകാശത്തേക്കയക്കാതെ ചില യാത്രക്കാരെക്കൂടി ഉൾപ്പെടുത്താൻ അവർ നിശ്ചയിക്കുകയായിരുന്നു. അങ്ങനെ കൂറ്റൻ ബലൂണിന്റെ കീഴ്ഭാഗത്ത് ഒരു കുട്ട വെച്ചു പിടി

പ്പിച്ച് ഒരു ബലൂൺ വാഹനമുണ്ടാക്കി. എന്നിട്ട് ചില യാത്രക്കാരെയും ഒരുക്കി നിർത്തി. ഈ യാത്രക്കാർ ആരെല്ലാമായിരുന്നെന്നോ, സ്വന്തം വീട്ടിൽ വളർത്തിയിരുന്ന പൂവൻകോഴി, താറാവ്, ആട് എന്നിവർ.

ഉയരം 1000 അടി

അതിശയകരമായ ഈ യാത്രക്കാരുടെ വിജയം അവരെത്തന്നെ യാത്രക്കാരാക്കാൻ പ്രേരിപ്പിച്ചു. ഇതേ വർഷം തന്നെ സെപ്തംബർ മാസം ജാക്വസും ജോസഫും കയറിയ ബലൂൺ വാഹനം അരമണിക്കൂർ നേരം പാരീസ് നഗരത്തിനു മുകളിലൂടെ പറന്നുനടന്നു. സമുദ്രനിരപ്പിൽനിന്നും ആയിരം അടി ഉയരത്തിലായിരുന്നുവത്രെ ഇവരുടെയീ കന്നിപ്പറക്കൽ. ഗോൾഫിയർ സഹോദരന്മാരുടെ ഈ മേഘമാർഗ്ഗ യാത്ര ജനങ്ങൾക്കൊട്ടാകെ ഹരമായി മാറി. ആവശ്യമാണ് ഉല്പാദനങ്ങളുടെ മാതാവ് എന്ന തത്വത്തെ മുറുകെ പിടിച്ച് കൊണ്ടുള്ളതായിരുന്നു പിന്നീടുള്ള പരിണാമങ്ങൾ.

അപകടങ്ങൾ

കടലാസ്, തുണി എന്നിവ കൊണ്ടുള്ള ബലൂണുകൾക്കു പകരം റബ്ബർ ബലൂണുകൾ പ്രചാരത്തിൽ വന്നു തുടങ്ങി. മൈക്കൾ ഫാരഡെ എന്ന വിഖ്യാതശാസ്ത്രജ്ഞൻ ചൂടായ വായുവിന് പകരം ഹൈഡ്രജൻ വാതകം ഉപയോഗിക്കാമെന്ന് കണ്ടെത്തി. വായുവിനേക്കാൾ ഭാരം കുറഞ്ഞ വാതകമാണ് ഹൈഡ്രജൻ. എന്നാൽ ഹൈഡ്രജന് വലിയയൊരു പോരായ്മയുണ്ട്. എളുപ്പത്തിൽ തീ പിടിക്കുന്ന വാതകമാണിത്. കടലാസ്, തുണി എന്നിവ കൊണ്ട് ബലൂണിൽ ഹൈഡ്രജൻ വാതകം നിറച്ചാൽ ചൂട് പിടിച്ച് അപകടങ്ങൾ വന്നുതുടങ്ങിയപ്പോൾ ഹൈഡ്രജനുപകരം മറ്റേതെങ്കിലും വാതകങ്ങൾ ഉപയോഗിക്കുന്നതിനെക്കുറിച്ചായി ആലോചന.

അങ്ങനെയാണ് ഹൈഡ്രജനെപ്പോലെ ഭാരം കുറഞ്ഞ ഹീലിയം ഉപയോഗിച്ചുതുടങ്ങിയത്. ഇതൊരു ബലൂൺ യാത്ര വളരെ നിസ്സാരവും അപകടരഹിതവുമായ ഒരു വിനോദം ആയി മാറി. ഇന്നും ശാസ്ത്രഗവേഷണങ്ങൾക്കായി ബലൂണുകളും ഹീലിയം വാതകവും ഉപയോഗിക്കുന്നു.

ആകാശ ബലൂണിന്റെ പ്രവർത്തനരീതി

ഈ മനോഹരമായ ബലൂൺ എങ്ങനെ ആകാശത്ത് പറന്ന് പോകുന്നു എന്നറിയാൻ ആർക്കും ജിജ്ഞാസയും കൗതുകവുമുണ്ടാകും. ആ സൂത്രം എങ്ങനെയാണെന്നു നോക്കാം. ബലൂണിന്റെ അടിഭാഗത്ത് ഘടിപ്പിച്ച കുട്ടയിലാണ് സഞ്ചാരി ഇരിക്കുന്നതെന്ന് നേരത്തെ സൂചിപ്പിച്ചല്ലോ. ബലൂണിന്റെ വായ്ഭാഗത്ത് ഗ്യാസ് ബർണർ കത്തിച്ചുവെച്ചാണ്

ബലൂണിൽ നിറച്ചിരിക്കുന്ന വായുവിനെ ചൂടാക്കുന്നത്. സഞ്ചാരിയുടെ കൈവശം എൽ പി ജി സിലിണ്ടറും ഗ്യാസ് ബർണറും ഉണ്ടാകും. ബലൂണിലെ വായുവിനെ ആവശ്യാനുസരണം ചൂടാക്കി ഉയരവും വ്യാസവും ക്രമീകരിക്കാനാണിത്. മുമ്പൊക്കെ തുണി, കടലാസ് തുടങ്ങിയവ കൊണ്ടായിരുന്നു ബലൂൺ നിർമ്മിച്ചിരുന്നത്. പിന്നീട് ഏറെ സൗകര്യത്തിനായി തീ പിടിക്കാത്ത പ്രത്യേകതരം നൈലോൺ തുണി ഉപയോഗിക്കാൻ തുടങ്ങി. തീ പിടിച്ച വായുവിനെപ്പോലെത്തന്നെ ഇത്തരം ബലൂണുകൾക്കും വലിയവിലയാണ്.

ഫ്ളൈഷിപ്പ് അഥവാ, ആകാശക്കപ്പൽ

ഇപ്പോഴത്തെ വിമാനങ്ങളുടെ പൂർവ്വികനെ റൈറ്റ് സഹോദരന്മാർ കണ്ടു പിടിക്കുന്നതിനുമുമ്പ് ചൂടത്ത് വായു നിറച്ച ബലൂണുകളാണ് മനുഷ്യൻ ആകാശ യാത്രയ്ക്കുപയോഗിച്ചിരുന്നത് എന്ന് നമ്മൾ മനസ്സി

ഹിഡൻബർഗ്ഗ് ആകാശക്കപ്പൽ

ലാക്കിയല്ലോ. ഇത് 1783 ലാണ്. അതിന് ശേഷം1852 ൽ ഈ ബലൂണിൽ ചെറിയ എഞ്ചിനുകൾ ഘടിപ്പിച്ച് വായുവിന് പകരം ഓടിക്കാൻ ശ്രമിച്ചു. ഫ്രഞ്ചുകാരനായ ഹെന്റി ജിഫാർഡ് എന്ന ബുദ്ധിജീവിയായിരുന്നു ഈ ഉദ്യമത്തിനു പിറകിൽ. പിന്നീട് വർഷങ്ങൾ പിന്നിട്ട് 1920 ആയപ്പോഴേക്കും പടുകൂറ്റൻ ആകാശക്കപ്പലുകൾ ആളുകളെ വഹിച്ചുകൊണ്ട് യാത്ര

ചെയ്യാൻ തുടങ്ങി. മനുഷ്യന്റെ ആകാശാരോഹണ യാത്ര എന്ന എക്കാലത്തെയും ആഗ്രഹത്തിന്റെ സാക്ഷാൽക്കാരം ഒന്നുകൂടി പരിഷ്കരിക്കപ്പെടുകയായിരുന്നു. എന്നാൽ ഏതൊരു കണ്ടുപിടുത്തത്തിനും വേദനയുള്ളൊരു ദുരന്തമുഖംകൂടിയുണ്ട് എന്ന തത്ത്വത്തെ അന്വർത്ഥമാക്കിക്കൊണ്ട് 1937 ൽ ഒരു ഒരു വൻ വീഴ്ച ആകാശക്കപ്പലിന് ഭവിക്കുകയുണ്ടായി. ഹിഡൻബർഗ്ഗ് എന്ന ആകാശക്കപ്പലിന് തീ പിടിച്ച് 36 യാത്രക്കാർ വെന്തുമരിച്ചത് കറുത്ത അദ്ധ്യായമായി നിലനില്ക്കുന്നു.

വിമാനംപോലെ ഇവരും

ഭാരം കുറഞ്ഞ വസ്തുക്കളുടെയും വാതകങ്ങളുടെയും സഹായത്തോടെ ആകാശയാനം സാദ്ധ്യമായപ്പോൾ ആലോചനകൾ, വായുപോലെ ചൂടുപിടിക്കുകതന്നെയായിരുന്നു. ഭാരക്കൂടുതലുള്ള വസ്തുക്കളെ എങ്ങനെ പറക്കാനുപയോഗിച്ച് വിജയിപ്പിക്കാം എന്ന ചിന്തയിൽ അവ എത്തി. 'ഓട്ടോ ലിലിയൻഥാൽ' എന്ന ജർമ്മൻ ശാസ്ത്രജ്ഞൻ വായുവിനേക്കാൾ ഭാരം കൂടിയ വിമാനത്തിന് രൂപംനല്കി.

ഗ്ലൈഡർ

ആകാശയാത്രയ്ക്ക് മനുഷ്യന് എന്നും പ്രേരണയായ പക്ഷികൾ തന്നെയാണ് ഗ്ലൈഡർ എന്ന സൂത്രത്തിന്റെ ഉല്പത്തിക്കു പിറകിലും.

ലിലിയൻഥേ ഗ്ലൈഡർ യാത്രയ്ക്കൊരുങ്ങുന്നു

ചിറകടിക്കാതെ നിശ്ചലമായ രീതിയിൽ നീങ്ങിപ്പോകുന്ന പക്ഷികളെപ്പോലെ തനിക്കും സാദ്ധ്യമാകണമെന്ന ആഗ്രഹം പറവകളുടെ ചിറകിന്റെ പ്രത്യേകത മൂലമാണ് ഇത് സാദ്ധ്യമാകുന്നതെന്ന് നിരീക്ഷിച്ചറിഞ്ഞു. 1891 ൽ ഓട്ടോ ലിലിയൻഥേ എന്ന ജർമ്മൻകാരൻ ഇന്നത്തെ ഗ്ലൈഡറിന്റെ ആദ്യരൂപത്തിന് ജന്മം നല്കി. ഇങ്ങനെയൊരു യന്ത്രമുണ്ടാക്കി രണ്ടായിരത്തിലധികം തവണയാണത്രേ അദ്ദേഹം പറന്നത്.

ഏറ്റവും കൂടുതൽ ഉയരത്തിൽ ഗ്ലൈഡറിനെ പറപ്പിച്ചത് ആസ്ട്രിയയുടെ മാൻഫ്രെഡ് റുമെനിയാണ്. കുന്നിൻ മുകളിലും മറ്റും കയറി താഴേക്ക് ഓടിയിറങ്ങിയാണ് സാധാരണയായി ഗ്ളൈഡർ പറത്തുന്നത്. കാറ്റുകൊണ്ട് മാത്രം പറക്കുന്നതും യന്ത്രം പിടിപ്പിച്ചതുമായ ഗ്ലൈഡറുകളും ഇന്നുണ്ട്. കാറ്റിന്റെ ഗതിയനുസരിച്ച് നീങ്ങുന്നവയെ ഫ്രീഗ്ലൈഡർ എന്നു പറയുന്നു. ഇത്തരം യന്ത്രം നിയന്ത്രിക്കുന്നത് ശ്രമകരമായ ഒരു സാഹസം തന്നെയാണ്.

സാഹസികവിനോദം

വിമാനം കണ്ടുപിടിച്ചതോടെ ഗ്ലൈഡറിന്റെ പ്രാധാന്യം കുറയുകയാണുണ്ടായത്. എന്നാലും സാഹസികവിനോദം മത്സരം എന്നീ നിലകളിൽ ഇന്നും ഗ്ലൈഡർ പല രാജ്യങ്ങളിലും നിലവിലുണ്ട്. ഇടയ്ക്കിടെ ടെലിവിഷൻ ചാനലുകളിൽ ഇത്തരം കൗതുകകരമായ വാർത്തകൾ നമ്മൾ കാണാറുണ്ടല്ലോ.

ഹെലികോപ്റ്റർ

റൈറ്റ് സഹോദരന്മാർ വിമാനം കണ്ടുപിടിക്കുന്നതിന്റെ 26 വർഷം മുമ്പാണ് ആവിയന്ത്രം ഉപയോഗിച്ചുള്ള ഹെലികോപ്റ്റർ ആദ്യമായി യാഥാർത്ഥ്യമാക്കിയത്. 1877 ൽ എന്റിക്കോ ഫോർലാനി എന്ന ശാസ്ത്ര ജ്ഞനാണ് ഇത്തരത്തിലുള്ള ആശയം ഉണ്ടാക്കുന്നത്. 15-ാം നൂറ്റാണ്ടിൽ ജീവിച്ചിരുന്ന ഇറ്റാലിയൻ ചിത്രകാരനായ ലിയനാർഡോ ഡാവിഞ്ചിയുടെ ഹെലികോപ്റ്ററിൽ നിന്നായിരുന്നത്രേ. പാരച്യൂട്ട് എന്ന സൂത്രത്തിന് പിറകിലും ഡാവിഞ്ചിയുടെ ഭാവന

എന്റിക്കോ ഫോർലാനി

തന്നെയായിരുന്നു. ഇന്നു കാണുന്ന ആധുനിക രീതിയിൽ ഹെലികോപ്റ്റർ നിർമ്മിച്ചത് 1940 കളിൽ ഇഗോർ സിഗോർസ്കി എന്ന ബുദ്ധിജീവിയാണ്. ഹെലികോപ്റ്ററിനെക്കുറിച്ചുള്ള ഡാവിഞ്ചിയുടെ ഗവേഷണ നിരീക്ഷണങ്ങൾ തന്നെയാണ് പരിഷ്കരിച്ചുള്ള ഹെലികോപ്റ്ററിന്റെ ജനനത്തിന് പ്രേരിപ്പിച്ച ഘടകം എന്ന് ഇദ്ദേഹം പറഞ്ഞിട്ടുണ്ട്.

മിടുമിടുക്കൻ

ഇന്ന് കെട്ടിടങ്ങൾക്കുമുകളിലും പർവ്വതങ്ങളിലേക്കും കപ്പലുകളിലേക്കുമെല്ലാം അനായാസം കടന്നുചെല്ലാൻ ഹെലികോപ്റ്ററിന് സാധിക്കും. പങ്കകളുടെ സഹായത്താലാണ് പ്രധാനമായും ഹെലിക്കോപ്റ്ററുകൾ പറക്കുന്നത്. വേഗതയും പങ്കകളുടെ വേഗതയെത്തന്നെ ആശ്രയിച്ചാണിരിക്കുന്നത്. ഒരു സ്ഥലത്തുനിന്ന് കുത്തനെ ഉയർന്ന് പൊങ്ങുന്നതിനും ഏതു പ്രദേശത്തിറങ്ങുന്നതിനും ഹെലികോപ്റ്ററിന് കഴിയും. ഏതു ദിശയിലേക്കും തിരിക്കാനും അനായാസം സാധിക്കുന്നു. ഇവയ്ക്കിറങ്ങാനുള്ള ഹെലിപ്പാഡുകൾ ഇന്ന് പ്രധാന ഹോട്ടലുകൾക്കുമുകളിലും മൈതാനത്തുമൊക്കെ കാണാവുന്നതാണ്.

പാരച്യൂട്ട്

പ്രകൃതി നിരീക്ഷണത്തിൽനിന്നും മനുഷ്യനുകിട്ടിയ മറ്റൊരു പ്രേരണയാണ് പാരച്യൂട്ട്. വായുവിലൂടെ തെന്നി തെന്നി പറക്കുന്ന അപ്പൂപ്പൻ താടികൾ തന്നെയാണ് പ്രകൃതിയുടെ പാരച്യൂട്ടുകൾ. പാരച്യൂട്ടിന്റെ ജന്മത്തിന് മനുഷ്യൻ അനുകരിച്ചത് ഇതേ അപ്പൂപ്പൻ താടിയെത്തന്നെയാ

എന്റിക്കോ ഫോർലാനിയുടെ ഹെലികോപ്ടർ

യിരുന്നു. അന്തരീക്ഷത്തിലൂടെ അതിവേഗം താഴേക്കു വരുന്ന വസ്തുക്കളുടെ വീഴ്ചയുടെ വേഗതകുറച്ച് ഒരു അപ്പൂപ്പൻ താടിപോലെ താഴെയിറക്കാൻ സഹായിക്കുന്ന ഉപകരണമാണ് പാരച്യൂട്ട്. പറന്നുകൊണ്ടിരിക്കുന്ന വിമാനത്തിൽനിന്ന് ആളുകൾക്ക് ചാടി രക്ഷപ്പെടാനാണ് ആദ്യകാലങ്ങളിൽ പാരച്യൂട്ട് ഉപയോഗിച്ചിരുന്നത്.

ഇന്ന് ആളുകളെ മാത്രമല്ല മറ്റ് വസ്തുക്കളെയും സുരക്ഷിതമായ ഭൂമിയിലെ താപങ്ങളിലിറക്കാൻ പാരച്യൂട്ടുകൾ ഉപയോഗിച്ചുവരുന്നു. ഏതൊരു വിമാനത്തിലും ലൈഫ് ജാക്കറ്റ് എന്ന സ്വയംരക്ഷാ ഉപകരണം ഉണ്ടാകും. ഇത് പഴയ പാരച്യൂട്ടിന്റെ രൂപമാണ്.

1783 ൽ ലൂയി സെബാസ്റ്റ്യൻ ലീനോർമണ്ട് എന്ന ഫ്രഞ്ച് കാരനാണ് പാരച്യൂട്ടിന്റെ പ്രവർത്തനം ആദ്യമായി അവതരിപ്പിക്കുന്നത്. ഇതേ പാരച്യൂട്ടുമായി വിമാനത്തിൽനിന്ന് സുരക്ഷിതമായി ആദ്യമായി ഇറങ്ങിയത് അമേരിക്കൻസൈനിക കമാൻഡർ ആൽബർട്ട് ബെറിയാണ്. 1912 ലായിരുന്നു ഈ സാഹസിക പരീക്ഷണം നടന്നത്.

നൈലോൺ പാരച്യൂട്ടുകൾ

തുണിയും കാൻവാസും പ്ലാസ്റ്റിക്കുമുപയോഗിച്ചായിരുന്നു ആദ്യകാലങ്ങളിൽ പാരച്യൂട്ട് നിർമ്മിച്ചിരുന്നത്. ഇന്നത്തെ പാരച്യൂട്ടുകൾ നൈലോൺകൊണ്ടാണ് നിർമ്മിക്കുന്നത്. മറ്റുള്ളതിനെ അപേക്ഷിച്ച് ഏറെ സൗകര്യപ്രദമാണ് നൈലോൺ എന്നത് ഇതിന്റെ സാദ്ധ്യത വർദ്ധിപ്പിക്കുകയാണ്. ഒരു പാരച്യൂട്ട് അന്തരീക്ഷത്തിൽ വിടർന്ന് വികസിക്കുമ്പോൾ 7 മുതൽ 9 മീറ്റർ വരെ വീതിയുണ്ടാകും. ഇത് ഒരു ആൾക്ക് പറന്നിറങ്ങാനുള്ള സൗകര്യത്തിനാണ് എന്നോർക്കുക.

അപകടവും

എന്നാൽ ചരക്കുകളും മറ്റു ഭാരം കൂടിയതും വ്യാസമുള്ളതുമായ വസ്തുക്കൾ എന്നിവ താഴെയിറക്കാനുള്ള പാരച്യൂട്ടുകൾക്ക് 30 മീറ്റർ വരെ വീതിയുണ്ടാകുമത്രേ. ഉയരത്തിനുമുണ്ട് പാരച്യൂട്ട് ഉപയോഗത്തിന് പ്രത്യേകസ്ഥാനം. ഒരുനിശ്ചിത അളവ് ആഴമുള്ളിടത്തേക്ക് മാത്രമേ ഇവ ആളുകൾ ഇറങ്ങാൻ ഉപയോഗിക്കാറുള്ളൂ. ഉദാഹരണത്തിന് 150 മീറ്ററിൽ കുറവായ ഉയരത്തിൽനിന്നും പാരച്യൂട്ടിൽ ചാടിയാൽ, പാരച്യൂട്ട് വായുവിൽ നിവരാനുള്ള സമയമില്ലാത്തതിനാൽ ആൾ നിലത്ത് വീണ് എല്ലൊടിയുമെന്ന് തീർച്ച. പാരച്യൂട്ടുകൾക്ക് വിടർന്ന് വികസിക്കാനുള്ള സമയം ഉള്ളിടത്ത് മാത്രമേ ഇവ അപകടം കൂടാതെ ഉപയോഗിക്കാനാവൂ.

(പാരച്യൂട്ടുകളെപ്പറ്റി കൂടുതൽ വിവരങ്ങൾ മറ്റൊരദ്ധ്യായത്തിൽ വിശദമായി വഴിയേ വായിക്കാം)

ഇജക്ഷൻചെയർ

യുദ്ധവേളയിലോ മറ്റോ ആകാശത്ത് വെച്ച് വിമാനങ്ങൾ തീ പിടിച്ച് പൊട്ടിത്തെറിക്കുമ്പോഴും രക്ഷപ്പെട്ട് താഴെ എത്തുന്ന വൈമാനികർ ധാരാളമുണ്ട്. ഇങ്ങനെ ഒരു രക്ഷയ്ക്ക് അവരെ സഹായിക്കുന്ന വിദ്യ യാണ് ഇജക്ഷൻ സീറ്റ്. മരണത്തിനു മുന്നിൽനിന്നും ശരവേഗത്തിൽ വൈമാനികരെ രക്ഷിക്കുന്ന ഈ സൂത്രവിദ്യ മഹത്തായൊരു കണ്ടുപി ടുത്തം തന്നെയാണ്.

യുദ്ധരംഗത്ത്

രണ്ടുരാജ്യങ്ങൾ തമ്മിലുള്ള യുദ്ധം നിലത്തുനിന്നും ആകാശത്തി ലെത്തിയിരിക്കുന്നു. താഴെ ടാങ്കുകളും ആകാശത്ത് യുദ്ധവിമാനങ്ങളും അങ്ങോട്ടുമിങ്ങോട്ടുമിരച്ചു പായുന്നു. അപ്പോഴാണ് ഒരു യുദ്ധവിമാനത്തിന് വെടിയേറ്റ് എഞ്ചിൻ ഭാഗത്ത് തീ ആളി പടർന്നത്. ഏതു നിമിഷവും വിമാനം പൊട്ടിത്തെറിച്ച് കഷണങ്ങളായി നിലംപതിക്കാം, പാരച്യൂട്ടെ ടുത്ത് വാതിൽ തുറന്ന് പുറത്ത് ചാടാനൊന്നും സമയമില്ല. അതിന് മുമ്പ് തന്നെ വിമാനം കത്തിച്ചാമ്പലായെന്ന് വരാം.

ഈ അവസരത്തിൽ പോരാളികളായ പൈലറ്റുമാർ മനസംയമനം വിടാതെ വേണം നിലകൊള്ളാൻ. ആദ്യം ജീവൻ രക്ഷിക്കേണ്ടതുണ്ട്. അതിനായി പൈലറ്റ് സീറ്റ്ബെൽറ്റ് മുറുക്കി ഒരു ഹാൻഡിലിൽ പിടിച്ച് വലിച്ചു. പൊടുന്നനെ വിമാനത്തിന്റെ മുകൾവശം ഒരു വാതിൽപോലെ മലർക്കെ തുറന്നിരിക്കുന്നു. ആ വാതിലിലൂടെ പൈലറ്റ് മുകളിലേക്കു തെറിച്ചുപോയി. പൈലറ്റ് ഇരുന്ന കസേരയോടുകൂടിത്തന്നെ. അന്തരീ ക്ഷത്തിലെത്തിയ പൈലറ്റ് മുകളിലെത്തിയപ്പോൾ താഴേക്കുവീഴാൻ തുടങ്ങി. ഇപ്പോൾ കസേരയിൽ ഘടിപ്പിച്ചിരിക്കുന്ന കുട നിവർന്നു

കഴിഞ്ഞു. അതിൽ തൂങ്ങിപ്പിടിച്ച് പൈലറ്റ് ഒരപകടവും കൂടാതെ താഴേക്കൂർന്നിറങ്ങി.

പാരച്യൂട്ടിന്റെ പുതിയരൂപം

പാരച്യൂട്ട് എന്ന ആകാശക്കുടയാണ് സാധാരണഗതിയിൽ വിമാനയാത്രക്കാരെ രക്ഷിക്കുന്നതെന്ന് നമുക്കറിയാം. വിമാനത്തിൽ അഗ്നിബാധ, മറ്റ് യന്ത്രത്തകരാർ എന്നിവയുണ്ടാകാം. ജീവൻ രക്ഷിക്കാൻ പാരച്യൂട്ടുമായി വിമാനത്തിനകത്ത് പരിഭ്രാന്തരായി പരക്കം പായുമ്പോൾ, വിമാനത്തിന്റെ വാതിൽ തുറക്കാൻപോലും കഴിയാതെ മരിക്കേണ്ടിവന്ന വൈമാനികർ നിരവധിയുണ്ട്. നല്ല വേഗതയിൽ പായുന്ന വിമാനങ്ങളിൽനിന്ന് വൈമാനികരെ രക്ഷപ്പെടുത്തുന്ന സൂത്രമാണ് പാരച്യൂട്ടിന്റെ പുതുമുഖമായ ഇജക്ഷൻ സീറ്റ്.

ഇജക്ഷൻ ചെയറിൽ ഒരു വൈമാനികൻ

ആദ്യത്തെ ഇജക്ഷൻ ചെയർ

അര നൂറ്റാണ്ടുകൾക്കുമുമ്പ് ഇത്തരം പാരച്യൂട്ട് കസേരകൾ നിർമ്മിക്കാനുള്ള ശ്രമം തുടങ്ങിയിരുന്നു. രണ്ടാംലോകമഹായുദ്ധകാലത്ത് ജർമ്മനിയും ഇംഗ്ലണ്ടുമൊക്കെ ധാരാളം യുദ്ധവിമാനങ്ങൾ ഉണ്ടാക്കിയതോടെയായിരുന്നു ഇത്. യുദ്ധരംഗത്ത് വിമാനങ്ങൾക്ക് അപകടം സംഭവിക്കുക സാധാരണയാണല്ലോ. പാരച്യൂട്ട് മാത്രമായിരുന്നു അന്ന് രക്ഷപ്പെടാനുള്ള പ്രധാന മാർഗ്ഗം. ഇതിന് സമയം കൂടുതലെടുക്കുക വഴി മരണവും സംഭവിക്കാം എന്ന സത്യം മനസ്സിലാക്കിയ ജർമ്മൻ എഞ്ചിനീയർമാരാണ് കസേരയിൽ ഇത്തരമൊരു സൂത്രം ആദ്യമായി പരീക്ഷിച്ചത്. 1941 ൽ ഹെയ്ങ്കൽ ഹെ 280 എന്ന ജറ്റു വിമാനത്തിൽ അവർ ഇത് ഉറപ്പിച്ചുനിർത്തി. വിമാനത്തിൽനിന്ന് രക്ഷപ്പെടാൻ മറ്റു മാർഗ്ഗങ്ങളൊന്നും തന്നെ അവശേഷിക്കുന്നില്ല എന്നു വന്നാൽ കസേരയ്ക്കടുത്ത് ഒരു വടി പിടിപ്പിച്ച് വലിച്ചാൽ സീറ്റിനടിയിൽ ഞെരുക്കി തടവിലാക്കിയിരിക്കുന്ന വായു ശക്തിയോടെ പുറത്തേക്കു തെറിക്കുന്നതിനിടയിൽ കസേരയും മുകളിലേക്ക് തെറിക്കും. 1942 ജനുവരി 13 ന് മേജർ ഷെൻക് എന്ന പൈലറ്റ് 7875 അടി ഉയരത്തിൽ പറക്കുമ്പോൾ ഹെയ്ങ്കർഹെ

ജെറ്റിൽനിന്ന് ഇജക്ഷൻ സീറ്റുമായി പുറത്ത് ചാടി സുരക്ഷിതനായി ഭൂമിയിലെത്തിയത്രേ.

പൊട്ടിത്തെറിയോടെ

വിമാനത്തിനകത്തുള്ള കസേരയ്ക്കടിയിൽ സ്ഫോടന വസ്തുക്കൾ ഉപയോഗിച്ച് ഒരു സ്ഫോടനമുണ്ടാക്കി, അതിന്റെ ശക്തിയിൽ കസേര ശക്തിയായി മുകളിലേക്ക് തെറിക്കുന്ന വിദ്യയുമായി വന്നത് സ്വീഡൻകാരായിരുന്നു. 1943 ജൂലൈ 30 തിന് സാബ് 21 എന്ന സ്വീഡിഷ് പോർ വിമാനത്തിൽ അവർ ഇത്തരം സീറ്റ് ഘടിപ്പിച്ചു. നല്ല മനക്കരുത്തും ഭയാശങ്കകളില്ലാത്ത ചിന്തയുമൊക്കെയുള്ള ധീരന്മാർക്കും വീരന്മാർക്കും

വിമാനത്തിൽ നിന്ന് മുകളിലേക്ക് തെറിക്കുന്ന ഇജക്ഷൻ ചെയർ

മാത്രമേ ഇത്തരം പൊട്ടിത്തെറി സീറ്റുകളിൽ ഇരുന്ന് യാത്ര ചെയ്യാൻ ചങ്കുറയ്ക്കുകയുള്ളൂ.

വീരോചിതമായൊരദ്ധ്യായം

സ്വീഡൻകാർ സ്ഫോടനക്കസേര കണ്ടുപിടിച്ചതിന്റെ ചുവടു പിടിച്ച് ഇംഗ്ലണ്ടിലെ നാർട്ടിൻ ബേക്കർ എന്ന വിമാനക്കമ്പനി ജീവനക്കാരനായ ജെംസ് മാർട്ടിൻ ഈ സാങ്കേതിക വിദ്യ ഉപയോഗിച്ച് കുറെക്കൂടി ശക്തിയായി തെറിക്കുന്ന സീറ്റുകൾ വികസിപ്പിച്ചെടുത്തു. വിമാനത്തിൽനിന്നും 5 മീറ്റർ ഉയരത്തിലേക്ക് തെറിക്കുന്ന കസേരകളായിരുന്നു അവരുടെ സംഭാവന. ജെംസ്മാർട്ടിന്റെ സഹപ്രവർത്തകനായ ബേനാർഡ് ലിഞ്ച്

ഇരുന്നൂറിലധികം തവണ ഈ വിദ്യ പരീക്ഷിപ്പിച്ച് വിജയിക്കുകയും ചെയ്തു. ഇദ്ദേഹം തന്നെയായിരുന്നു ചരിത്രത്തിന് വീരോചിതമായ ഒരു മുഖംതന്നെ സമ്മാനിച്ചതും 1946 ജൂലൈ 24 ന് 2400 മീറ്റർ പറക്കുന്ന വിമാനത്തിലെ ഇജക്ഷൻ ചെയറിലിരുന്ന് പുറത്തേക്ക് ചാടി. ഈ കസേരയുടെതന്നെ ചരിത്രത്തിലെ ജ്വലിക്കുന്ന സംഭവമായിട്ടാണ് ചരിത്രം ഈ വീരോദ്യമത്തെ കാണുന്നത്.

കാലത്തിനൊപ്പം

മാറ്റങ്ങൾ കണ്ടുപിടുത്തങ്ങളുടെ മുഖച്ഛായതന്നെ മാറ്റുന്നവയാണ്. ഏതൊരു കണ്ടുപിടുത്തവും വർഷങ്ങൾ പിന്നിട്ടാൽ പുതിയ പുതിയ ഉല്പന്നങ്ങൾക്കാണ് വഴിവെക്കുന്നത്. പാരച്യൂട്ടുകൾ അവയുടെ പുതിയ മുഖങ്ങൾക്കു സാക്ഷ്യം വഹിച്ചു. ഇജക്ഷൻ സീറ്റിന്റെ പുതിയ പരിണാമങ്ങൾ വന്നുകൊണ്ടിരിക്കുന്നു. ശാസ്ത്രത്തിന്റെ അനുദിനമുള്ള വളർച്ചയിൽ ലിഞ്ചിന്റെ ഇജക്ഷൻ സീറ്റിനും ചില മാറ്റങ്ങളൊക്കെ വന്നു. വളരെ താഴ്ന്നു പറക്കുന്ന വിമാനങ്ങളിൽനിന്ന് ഇങ്ങനെ രക്ഷപ്പെട്ടതുകൊണ്ട് വലിയ പ്രയോജനമില്ല എന്ന് മനസ്സിലാക്കിയതുകൊണ്ടായിരുന്നു ഇത്.

ഇജക്ഷൻ ഗൺ

വിമാനം 300 അടി ഉയരത്തിലാണെങ്കിൽ മാത്രമേ കസേരയിൽ പിടിപ്പിച്ച പാരച്യൂട്ടിന് നിവരാൻ സമയം ഉണ്ടാകൂ. ഇങ്ങനെയാണ് കസേര തെറിപ്പിക്കാനായി ഇജക്ഷൻ ഗൺ വേദി കൈയടക്കുന്നത്. പൊട്ടിത്തെറി ഉണ്ടാക്കുന്നത് ഇവിടെ ഒരു തോക്കാണെന്നു മാത്രം. കസേരക്കടിയിൽ ഉറപ്പിച്ചിട്ടുള്ള ചെറിയ റോക്കറ്റുകളും ഒരേ സമയം തീ പിടിച്ച് മുകളിലേക്കുയരും. അനേകമീറ്റർ ഉയരത്തിൽ സീറ്റ് എത്തിച്ചേരുകയും സെക്കന്റുകൾക്കുള്ളിൽ കൂടുതൽ ചെറിയ പാരച്യൂട്ടുകൾ നിവരുകയും ചെയ്യും. അല്പ സമയത്തിനകം മറ്റൊരു വമ്പൻ പാരച്യൂട്ടും നിവർന്നുയരും. പൈലറ്റിന് പാരച്യൂട്ടിൽ പിടികിട്ടിയാൽ കസേര തന്നെ അഴിഞ്ഞ് പോകുന്ന തരത്തിലുള്ള ഇജക്ഷൻ വിദ്യയാണ് ഇപ്പോഴുള്ളത്

പുതിയ രീതികൾ

ഇജക്ഷൻ ഗൺ നൂതനമായൊരു ചുവടുവെപ്പു തന്നെയായിരുന്നു. ഇ ഒ യിലൊക്കെ ഒരു പൈലറ്റിനെ മാത്രമേ പുറത്തെത്തിക്കാനാവൂ. ഇതിനു പകരമായി നാലു വൈമാനികരെ ഒന്നിന് പുറകേ ഒന്നായി സെക്കന്റുകൾക്കകം പുറത്തെത്തിക്കുന്ന ഇജക്ഷൻ സീറ്റുകൾ ഇന്ന് പല യുദ്ധവിമാനങ്ങളിലുമുണ്ട്. വെള്ളത്തിനടിയിലേക്ക് വിമാനം കൂപ്പുകുത്തി വീണെന്നാൽ വൈമാനികരെ പുറത്തെത്തിക്കുന്ന ഇജക്ഷൻ ചെയറുകളും അരങ്ങെത്തെത്തി കഴിഞ്ഞുവെത്രേ.

ഫ്ളയർ സൂത്രങ്ങൾ പറന്നുയരുന്നു

ബലൂണുകളും, ഗ്ലൈഡറുകളും പാരച്യൂട്ടുകളുമൊക്കെ അന്തരീക്ഷത്തിൽ വായുവിന്റെ ചലനത്തിനൊത്ത് നീങ്ങുന്നവയാണല്ലോ. സാഹസികവിദ്യ കാണിക്കുന്നവർക്കും വിനോദത്തിനുമൊക്കെ ഇത്തരം വാഹനങ്ങളിൽ കയറി ആളുകളെ അമ്പരപ്പിക്കാൻ കഴിഞ്ഞേക്കും. എന്നാൽ തനിയെ പറക്കുകയും ഇഷ്ടംപോലെ നിയന്ത്രിച്ച് വേണ്ടതുപോലെ ചെയ്യാവുന്നതുമായ ഒരു യന്ത്രമായിരുന്നു ആകാശയാത്രികരുടെ മനസ്സിൽ എന്നുമുണ്ടായിരുന്നത്.

അനേകം പരീക്ഷണ നിരീക്ഷണങ്ങൾക്കൊടുവിൽ അമേരിക്കക്കാരനായ സാമുവൽ ലോങ്‌ലി എന്നൊരു വിദ്വാൻ ഇത്തരമൊരു ശ്രമം നടത്തി. 1903 ഒക്ടോബർ 7 നായിരുന്നു വിമാനം പറത്തുന്ന ഒരു എഞ്ചിൻ അദ്ദേഹം പുറത്തിറക്കിയത്. എന്നാൽ കന്നിയാത്രയിൽതന്നെ വിമാനം തകർന്ന് വീഴുകയാണുണ്ടായത്.

ആദ്യശ്രമംതന്നെ പരാജയപ്പെട്ട നിരാശയിൽ സാമുവൽ തന്റെ ശ്രമങ്ങൾ തുടർന്നു പോന്നു. പക്ഷേ, തന്റെ സ്വപ്നം സാക്ഷാൽക്കരിക്കാനൊന്നും അദ്ദേഹത്തിനായില്ല. ആ വർഷംതന്നെ അമേരിക്കയിലെ രണ്ടു സഹോദരന്മാരായ ഓർവെൽ റൈറ്റ്, വിൽബർ റൈറ്റ് എന്നിവർ സാമുവലിന്റെ പിന്തുടർച്ചയായി ഊർജ്ജം ഉപയോഗിച്ച് പറക്കും യന്ത്രം നിർമ്മിച്ചു.

ഫ്ളെയർ 1, ഫ്ളെയർ 2

റൈറ്റ് സഹോദരന്മാർ തങ്ങൾ നിർമ്മിച്ച യന്ത്രത്തിന് പേരിട്ട ഫ്ളെയർ1 വിമാനം കണ്ടുപിടിച്ചത് ഇവരായിരുന്നുവെങ്കിലും ഇന്ന് നാം കാണുന്ന അടിപൊളി വിമാനമൊന്നുമായിരുന്നില്ല അത്. തടിയും തുണി

റൈറ്റ് സഹോദരന്മാർ

കമ്പികളും കൊണ്ടായിരുന്നു ഫ്‌ളെയർ 1 ന്റെ രൂപീകരണം. ഇന്നത്തെ വിമാനത്തിന്റെ ഏറ്റവും പ്രാകൃതമായരൂപം.

1903 ഡിസംബർ 17 രാവിലെ 10. 35

ഫ്‌ളെയർ 1 എന്ന തങ്ങളുടെ കന്നി സംരംഭം ആദ്യമായി ആകാശ മാർഗ്ഗത്തിലേക്കു പറത്താനുള്ള സമയം ഇതായിരുന്നു. അമേരിക്കയിലെ അമേരിക്കയിലെ നോർത്ത് കരോലിനയിലുള്ള കിറ്റി ഹോക്കിൽഅറ്റ്‌ലാന്റിക്കിൽ മഹാസമുദ്രത്തിന്റെ തീരത്ത് വെച്ചായിരുന്നു ഈ ഉദ്യമത്തിന് തുടക്കം കുറിച്ചത്. അങ്ങനെ രണ്ടുപേരും ഫ്‌ളയർ 1 നെ അന്തരീക്ഷത്തിലേക്ക് പറത്തി. ഏകദേശം 12 നിമിഷങ്ങൾകൊണ്ട് 37 മീറ്റർ ദൂരം ഇവർ സഞ്ചരിച്ചു.

സംവിധാനങ്ങൾ

ഈ വിമാനത്തിൽ ഇന്നത്തെ വിമാനങ്ങളിൽ കാണുന്ന ചില മെഷീനറി സംവിധാനങ്ങൾ ഉണ്ടായിരുന്നു. പറക്കുന്നതിനിടയിൽ മുകളിലേക്കുയരാനും അതുപോലെ താഴേക്കു പായിക്കാനും ഇരുവശങ്ങളിലേക്കു നീക്കാനും വിമാനം തിരിക്കുന്നതിനുള്ള കൺട്രോൾ പാനലുകൾ ഇതിലുണ്ടായിരുന്നു. 12 ഹോഴ്സ് പവർ (കുതിര ശക്തി) ഉള്ള എഞ്ചിനായിരുന്നു ഇവർ ഫ്‌ളെയർ 1 നു വേണ്ടി ഉപയോഗിച്ചിരുന്നത്.

കീർത്തിമുദ്ര

അസൗകര്യങ്ങളും പോരായ്മകളും നിറഞ്ഞ ഒന്നാമത്തെ പറക്കലിൽനിന്നും ഫ്‌ളെയർ 2 എന്ന വിമാനത്തിലെത്തിയപ്പോഴേക്കും കുറച്ചു

കൂടി മുന്നോട്ട് പോയിരുന്നു. ഇതിന് തുടർച്ചയായി 38 മിനിറ്റ് പറക്കാൻ സാധിച്ചിരുന്നു. 1905 ആയപ്പോഴേക്കും ഇവർ വിമാനത്തിന്റെ ആശാന്മാർ എന്ന ഖ്യാതി നേടിയിരുന്നു. പിന്നീട് വിമാനത്തിന്റെ രൂപഘടനയിലും യന്ത്രവിഭാഗത്തിലും മാറ്റങ്ങൾ നിരവധി വന്നു. വിവിധതരം വിമാനങ്ങൾ നമ്മൾ ചിത്രങ്ങളിലും കമ്പ്യൂട്ടറുകളിലും സിനിമയിലുമൊക്കെ കണ്ടു കൊണ്ടിരിക്കുന്നു. ജെറ്റ്, ബോയിക്ക്കോൺകോർഡ്, സീഹാരിയർ, വിവിധതരം യുദ്ധവിമാനങ്ങൾ, എയർക്രാഫ്റ്റ് കാരിയേഴ്സ്, എഫ്-15 ഈഗ്ൾ ഫൈറ്റർ, പ്രിഡേറ്റർ, ടൊർണാഡോ എന്നീ വിമാനങ്ങളെപ്പറ്റി വഴിയെ നമുക്ക് വായിക്കാം.

വിമാനം പറക്കുന്നതെങ്ങനെ

ഒരു കുഞ്ഞിലയോ, കുഞ്ഞിക്കമ്പോ വായുവിലിട്ടാൽ അവ ഒരു നിമിഷം കൊണ്ടുതന്നെ താഴെ വീഴുന്നു. എന്നാൽ ടൺ കണക്കിന് ഭാരമുള്ള വിമാനങ്ങൾ എങ്ങനെയാണ് വായുവിലൂടെ അനായാസം സഞ്ചരിക്കുന്നത് എന്നു നിങ്ങൾ ചിന്തിച്ച് അത്ഭുതപ്പെട്ടിട്ടില്ലേ.

ഇത് ലളിതമായി മനസ്സിലാക്കാൻ ഒരു ലഘുപരീക്ഷണമുണ്ട്. നമുക്ക് എളുപ്പത്തിൽചെയ്യാനാവുന്ന ഒരു സൂത്രം. ആപ്പിൾ, റബ്ബർ പന്ത്, മുട്ടത്തോട് എന്നിവയിൽ ഏതെങ്കിലും ഒന്ന് ഒരു ചരടിൽ രണ്ടിടത്തായി കെട്ടി തൂക്കി തൂക്കുക. ആപ്പിളുകൾ തമ്മിൽ മൂന്നു സെന്റീമീറ്ററിൽ കൂടുതൽ അകലം ഇല്ലാത്ത രീതിയിലായിരിക്കണം തൂക്കിയിടേണ്ടത്. ഇവ അനങ്ങാതെ നിശ്ചലമായി നില്ക്കുമ്പോൾ അവയ്ക്കിടയിൽ ശക്തിയായി ഊതുക. ഇടയിലുള്ള വായുവിലാണ് നമ്മൾ ഊതുന്നത്. ആപ്പിളുകൾ അകന്ന് പോകുമെന്നാണ് കരുതിയത്. എന്നാൽ അതിന് പകരം അവ പരസ്പരം അടുക്കുന്നതായി കാണാം.

ഈ രസകരമായ പരീക്ഷണത്തിൽനിന്നും ആപ്പിളുകൾക്കിടയിൽ ഊതുമ്പോൾ അവിടെയുണ്ടായിരുന്ന വായു നീങ്ങിപ്പോവുകയും താല്ക്കാലികമായി ഒരു ശൂന്യസ്ഥലം സൃഷ്ടിക്കപ്പെടുകയും ചെയ്തു. അപ്പോൾ ആപ്പിളുകൾക്കു പുറമെയുള്ള വായു അവയെ തണുപ്പിക്കുകയാണ് ചെയ്തത്. അതായത് ആപ്പിളുകൾക്കിടയിലുള്ള ഭാഗത്ത് വായുമർദ്ദം കുറഞ്ഞു. പുറമെയുള്ള ഭാഗത്തെ വായുമർദ്ദം പഴയതുപോലെ തന്നെയിരിക്കുന്നു. പുറമെനിന്നുള്ള വായുമർദ്ദത്തെ പ്രതിരോധിക്കാൻ ആപ്പിളുകൾക്കിടയിൽ വായു ഇല്ലാതിരുന്നതിനാൽ അവ പരസ്പരം അടുത്തുവന്നു.

ലിഫ്റ്റ് എന്ന ബലം

ഈ കൊച്ചുപരീക്ഷണത്തിലൂടെ നാം കണ്ടെത്തിയ തത്ത്വം വിമാനത്തിന്റെ പറക്കലുമായി ബന്ധപ്പെട്ടിരിക്കുന്നു. ഭൂമിക്ക് ഗുരുത്വാകർഷണബലമുണ്ടെന്നറിയാമല്ലോ. വിമാനം അന്തരീക്ഷത്തിലൂടെ പറക്കുമ്പോൾ ഭൂമിയുടെ ഗുരുത്വാർഷണ ബലം ഇതിനെ താഴോട്ടു വലിക്കുന്നു. ഈ ബലത്തോട് കിട നില്ക്കുന്നതിന് വിമാനം ഒരു എതിർബലവും പ്രയോഗിക്കുന്നുണ്ട്. ഈ ബലത്തെയാണ് ലിഫ്റ്റ്എന്നു പറയുന്നത്. വിമാനത്തിന്റെ ചിറകുകളുടെ പ്രത്യേക ആകൃതിയും ശൈലിയും സ്വഭാവവും കൊണ്ടാണിത് സാദ്ധ്യമാകുന്നത്.

ജെറ്റ് എഞ്ചിൻ എങ്ങനെ പ്രവർത്തിക്കുന്നു

ജെറ്റ് വിമാനത്തിന്റെ എഞ്ചിൻ വായുവിൽ എങ്ങനെ പ്രവർത്തിക്കുന്നു എന്നുനോക്കാം. വിമാനത്തിന്റെ മുൻവശത്ത് കൂടി ഫാനുകൾ വായുവിനെ കംപ്രസ്സറിലൂടെ കടത്തി കൂടുതൽ മർദ്ദത്തിൽ തണുക്കുക

ജെറ്റ് വിമാനം

യാണ് ചെയ്യുന്നത്. ഇവിടെ വെച്ച് ഇന്ധനവുമായിക്കൂടിച്ചേർന്ന് തീ പിടിക്കുന്നു.

ഈ പ്രവർത്തനത്തിലൂടെ ഈ അറയിൽ അതിഭയങ്കരമായ സമ്മർദ്ദമുള്ള വാതകങ്ങൾ രൂപംകൊള്ളുന്നു. ഈ വാതകത്തെ പിന്നിലുള്ള ഒരു കുഴലിലൂടെ പുറത്തേക്കു തള്ളും. ഈ ശക്തിയിൽ വിമാനം അതിവേഗം മുന്നോട്ടുനീങ്ങുന്നു. പൂർണ്ണമായി കാറ്റു നിറച്ച ഒരു ബലൂണിലെ കാറ്റ് പുറത്തേക്കുവിടുമ്പോൾ ബലൂൺ പിറകോട്ട് ചലിക്കുന്നത് കണ്ടിട്ടില്ലേ.

ന്യൂട്ടന്റെ ചലനനിയമം

ഈ പുറത്തേക്കു തണുത്തവായു ബലൂണിൽ തുല്യ അളവിലുള്ള

ബലം എതിർദിശയിൽ പ്രയോഗിക്കുന്നു. ഇവിടെ സർ ഐസക് ന്യൂട്ടന്റെ ഒരു തത്ത്വം ഓർക്കേണ്ടതുണ്ട്. അതിപ്രകാരമാണ്-എല്ലാ പ്രവർത്തന ങ്ങൾക്കും തുല്യവും വിപരീതവുമായ ഒരു പ്രതിപ്രവർത്തനമുണ്ടെന്ന്. ഈ തത്ത്വമാണ് വിമാനത്തിൽ സംഭവിക്കുന്നത്. ന്യൂട്ടന്റെ മൂന്നാം ചലന നിയമമാണിത്. അടിസ്ഥാനപരമായി മൂന്നു യന്ത്രഭാഗങ്ങളാണ് വിമാന ത്തിന്റെ ചലനത്തെ സഹായിക്കുന്നത്. അവ ഏതെല്ലാമാണെന്നു പരി ശോധിക്കാം.

1. എയ്‌ലറോൺസ്

വിമാനം പറന്നുകൊണ്ടിരിക്കുമ്പോൾ ഏതെങ്കിലുമൊരു വശ ത്തേക്കു ചരിയണമെങ്കിൽ ഈ ഭാഗങ്ങളാണ് പ്രവർത്തിക്കുന്നത്. വിമാ നത്തിന്റെ ചിറകുകൾക്കു മുകളിലുള്ള രണ്ടുപാളികളാണ് എയ്‌ല റോൺസ്. ഇവ ഇഷ്ടാനുസരണം ഉയർത്തിയും താഴ്ത്തിയും വിമാന ത്തിന്റെ നില ക്രമീകരിക്കാവുന്നതാണ്. പൈലറ്റിന്റെ നിയന്ത്രണത്തി ലുള്ള കൺട്രോൾ സ്റ്റിക്ക് തിരിക്കുന്നതിനനുസരിച്ചാണ് എയ്‌ലറോൺസ് പ്രവർത്തിക്കുന്നത്.

2. റഡ്ഡർ

വിമാനത്തെ വലത്തോട്ടോ ഇടത്തോട്ടോ വെട്ടിത്തിരിക്കാൻ റഡ്ഡർ എന്ന സൂത്രമാണ് സഹായിക്കുന്നത്. വിമാനത്തിന്റെ പിൻ ഭാഗത്ത് വാൽ പോലെ ഉയർന്നുനില്ക്കുന്ന ഒരു ഭാഗമുണ്ട്. ഇവിടയൊണ് റഡ്ഡർ. ഇരു വശത്തേക്കും തിരിക്കാവുന്ന ഒരു പാളിയാണിത്. റഡ്ഡറുമായി ബന്ധി പ്പിച്ച ലിവറുകൾ കാലുകൊണ്ടാണ് പൈലറ്റ് നിയന്ത്രിക്കുന്നത്.

3. എലിവേറ്ററുകൾ

പറന്നുകൊണ്ടിരിക്കുന്ന ഒരു വിമാനത്തെ ഉയർത്താനോ താഴ് ത്താനോ എലിവേറ്ററുകൾ ഉപയോഗിക്കുന്നു. പിൻ അറ്റത്തുള്ള വാൽ ചിറ കിൽ സ്ഥിതിചെയ്യുന്ന ഈ പാളികളുടെ നിയന്ത്രണവും പൈലറ്റ് മുഖേന കൺട്രോൾ സ്റ്റിക്കിലാണ്. ഈ മൂന്ന് ഉപകരണങ്ങളാണ് ഏതു തരം വിമാനത്തെയും പറക്കാൻ സഹായിക്കുന്ന അടിസ്ഥാനഘടകങ്ങൾ.

എത്രയെത്ര വിമാനങ്ങൾ.....

ജെറ്റ് വിമാനങ്ങൾ

ജെറ്റ് എഞ്ചിനുകൾ ഉപയോഗിച്ച് പറക്കുന്ന വിമാനങ്ങളാണ് ജെറ്റ് വിമാനങ്ങൾ. ആധുനിക യുഗത്തിൽ ഏറ്റവും വേഗതയും സൗകര്യങ്ങളും കൂടിയ വാഹനങ്ങൾ ആണ് വിമാനങ്ങൾ. അറുന്നൂറോളം യാത്രക്കാരെയും അവരുടെ സാധനസാമഗ്രികളും വഹിച്ച് പറക്കാനുള്ള കഴിവ് ഇന്നത്തെ വമ്പൻ ജെറ്റ് വിമാനങ്ങൾക്കുമുണ്ട്. അടുക്കള, സിനിമാഹാൾ, ബാർ ലഗേജ്റൂം, ഇന്ധന അറകൾ തുടങ്ങിയവയെല്ലാം ഇത്തരം വിമാനങ്ങളിലുണ്ടാകും. ചിറകിനോട് ഘടിപ്പിച്ച ടർബോ ഷാഫ്റ്റ് എഞ്ചിൻ എന്ന ഒരു തരം സൂത്രമാണ് വിമാനത്തിന് മുന്നോട്ട് നീങ്ങുവാനുള്ള ശക്തി നല്കുന്നത്.

കോൺകോർഡ്

ലോകത്തിൽ ഇന്നുവരെ നിർമ്മിക്കപ്പെട്ടിട്ടുള്ള രണ്ട് ശബ്ദാധിവേഗ യാത്രാവിമാനങ്ങളിൽ ഒന്നാണ് കോൺകോർഡ്. 2003 ൽ വിരമിച്ച ഈ വിമാനമാണ് രണ്ടെണ്ണത്തിലുംവച്ച് വ്യാവസായികമായി വിജയിച്ചത്. മറ്റേത് ടുപോലേവ് ടി യു 144 ആണ്. കോൺകോർഡ് നിരവധി വിവാദങ്ങളും, അതിനൊപ്പം തന്നെ ചരിത്രങ്ങളും തിരുത്തിക്കുറിച്ചിട്ടുണ്ട്. ലോക വിമാന നിർമ്മാണ ചരിത്രത്തിലെ ഒരു അസാധാരണമായ കാലഘട്ടമാണ് കോൺകോർഡിന്റെ വിരാമത്തോടെ അടഞ്ഞത്. ലോകത്തെ ആദ്യത്തെ ജറ്റ് വിമാനം ഉണ്ടാക്കിയ സമയത്തിനടുത്തായി തന്നെയാണ് കോൺകോർഡും നിർമ്മിക്കപ്പെട്ടത് എന്നതാണ് ഏറ്റവും ശ്രദ്ധേയമായ വസ്തുത. ലണ്ടനിലെ ഹീത്രോ വിമാനത്താവളത്തിൽ നിന്നും, പാരീസിലെ ചാൾസ് ഡി ഗാൾ വിമാനത്താവളത്തിൽനിന്നും

സ്ഥിരമായി അമേരിക്കയിലെ വാഷിങ്ടൺ ഡുള്ളെസ് വിമാനത്താവളത്തിലേക്ക് പറന്നിരുന്ന ഈ വിമാനം 1976 ലാണ് സേവനം തുടങ്ങിയത്. ലോകമഹായുദ്ധത്തിനുശേഷം 1950 കളിൽ എല്ലാ ലോകശക്തികളും ശബ്ദാദിവേഗ യാത്രാവിമാനം നിർമ്മിക്കാനുള്ള ശ്രമത്തിലായിരുന്നു. അമേരിക്ക, സോവിയറ്റ് യൂണിയൻ, ഫ്രാൻസ്, ബ്രിട്ടൻ എന്നീ രാജ്യങ്ങൾ ഈ വഴിക്കുള്ള പ്രവർത്തനങ്ങൾ നടത്തി.

ഒരു കോൺകോർഡ് വിമാനം

കോൺ കോർഡ് വിമാനങ്ങളെ എളുപ്പം തിരിച്ചറിയുന്നതിനുള്ള ആകൃതിയിലാണ് ഇവയുടെ നിർമ്മിതി. കൂർത്തു നീണ്ട മുൻ ഭാഗമാണ് ഇതിന്റെ പ്രത്യേകത. ഈപ്രത്യേകതതന്നെ ശബ്ദത്തിന്റെ രണ്ടിരട്ടി വേഗതയിൽ സഞ്ചരിക്കാൻ ഇവയെ സഹായിക്കുന്നതും. ത്രികോണാകൃതിയിൽ ചിറകുകളുള്ള ഈ വിമാനം ആദ്യമായി ഉണ്ടാക്കിയത് ബ്രിട്ടനും ഫ്രാൻസും സംയുക്തമായിച്ചേർന്നായിരുന്നു. 1976 ൽ ഇത് യാത്രാവശ്യങ്ങൾക്കായി ഉപയോഗിച്ച് തുടങ്ങി.

അപകടം ഒരു തവണയെങ്കിലും പറ്റാത്ത ഒരു വിമാനവും ഒരു കമ്പനിയും വികസിപ്പിച്ചെടുത്തിട്ടില്ല. വിശേഷിച്ചും ശാസ്ത്രം ഇത്രയൊന്നും വളരാത്ത കാലഘട്ടം. ഇക്കഴിഞ്ഞ 2000 ജൂണിൽ ഒരു കോൺകോർഡ് വിമാനം ലാന്റ് ചെയ്യുമ്പോൾ അപകടത്തിൽപ്പെട്ട് 113 യാത്രക്കാരാണ് കൊല്ലപ്പെട്ടത്. അതിവേഗതയ്ക്ക് സഹായിക്കുന്ന ഇവയുടെ കൂർത്തു നീണ്ട മൂക്കു തന്നെയാണ് ഇവിടെ വിനയായത്. ഇവ യാത്രാവശ്യങ്ങൾക്ക് ഉചിതമല്ലെന്ന് തിരിച്ചറിഞ്ഞ ബ്രിട്ടീഷ് എയർവേയ്സും എയർ ഫ്രാൻസും 2003 ൽ കോൺകോർഡ് സർവ്വീസ് നിർത്തിവെക്കു

കയാണുണ്ടായത്.

മുന്നോട്ടും പിന്നോട്ടും പറക്കുന്ന വിമാനങ്ങൾ

പുഷ്പുൾ ട്രെയിൻ എന്ന് നാമെല്ലാവരും കേട്ടിരിക്കുമല്ലോ. ഒരു ട്രെയിൻ മുന്നോട്ടും പിറകോട്ടും പോകുന്നതിനാണ് ഇങ്ങനെ പറയുന്നത്. അതായത് മുന്നോട്ട് പോകുമ്പോൾ ട്രെയിനിന്റെ എഞ്ചിൻ ട്രെയിനിനെ തള്ളുകയും പിറകോട്ടുപോകുമ്പോൾ വലിക്കുകയും ചെയ്യുന്നു. ഇത്തരമൊരു പക്ഷിയെയും നമുക്കറിയാം. മൂളക്കകുരുവി എന്നു നാം വിളിക്കുന്ന ഹമ്മിങ് ബേർഡ്. ഇതേ സ്വഭാവമുള്ള മനുഷ്യനിർമ്മിത വിമാനമുണ്ടെന്നു കേൾക്കുമ്പോഴോ? ബ്രിട്ടീഷ് എയ്റോ സ്പേസ് എന്ന വിമാനക്കമ്പനി ഫാക്ടറി രൂപകല്പന ചെയ്തതാണീ വിമാനം. സീ ഹാരിയർ എന്നാണീ വിമാനത്തിനു പേര്.

യുദ്ധ വിമാനങ്ങൾ

യുദ്ധങ്ങൾ തന്നെയാണ് വിമാനങ്ങളുടെ വികാസത്തിന് ആക്കം കൂട്ടിയത്. ശത്രുരാജ്യത്തെ വ്യോമമാർഗ്ഗം ചെന്ന് വേണ്ടതു ചെയ്യാൻ ഇത്തരം പോർ വിമാനങ്ങൾ വൻതോതിൽ ഉപയോഗിച്ച് വരുന്നു. അമേരിക്കയാണ് ഇത്തരം വിമാനങ്ങൾ വ്യാവസായികമായി ഉണ്ടാക്കുന്ന കുത്തക. കുത്തനെ കുതിച്ചുയരുന്ന വിധം പറന്നുയരാൻ ഇത്തിരിസ്ഥലം മാത്രം മതിയായവയും അതിവേഗത്തിൽ പറക്കുന്നവയും ഏറെ ഉയർന്നു പൊങ്ങിപ്പറക്കുന്നവയും ഭൂമിയുടെ തൊട്ടുമുകളിലൂടെ പറക്കുന്നവയും ഇത്തരം യുദ്ധവിമാനങ്ങളുടെ ജനുസ്സിൽപ്പെടുന്നവയാണ്.

വിമാനം ബിസിനസ്

പറന്നുയരാൻ ഇത്തിരിസ്ഥലം മാത്രം മതിയായവയും അതിവേഗത്തിൽ പറക്കുന്നവയും ഏറെ ഉയർന്നു പൊങ്ങിപ്പറക്കുന്നവയും ഭൂമിയുടെ തൊട്ടുമുകളിലൂടെ പറക്കുന്നവയും ഇത്തരം യുദ്ധവിമാനങ്ങളുടെ ജനുസ്സിൽ പെടുന്നവയാണ്.

വിമാനം ബിസിനസ്

അമേരിക്ക വികസിപ്പിച്ചെടുത്ത പ്രത്യേകതയുള്ളൊരു വിമാനമാണ് സ്റ്റെൽത്ത്. നിരീക്ഷണോപകരണങ്ങളായ റഡാറുകൾക്ക് കണ്ടുപിടിക്കാൻ കഴിയാത്ത പ്രത്യേകതരം വിമാനങ്ങളാണിവ. ഇവ വിറ്റ് അമേരിക്കയുടെ ഖജനാവ് ഉത്തരോത്തരം പണം കൊയ്യുകയാണ്.

ഇറാഖിനെ ആക്രമിച്ചത്

എയർക്രാഫ്റ്റ് കാരിയേഴ്സ് എന്നൊരു കൂട്ടം വിമാനങ്ങൾ, ഭീമൻ വിമാനങ്ങളെ വഹിച്ചുകൊണ്ട് പോകുന്ന വിമാനവാഹിനികളാണ്. വിമാ

നങ്ങളെ വഹിച്ചുകൊണ്ട് പോകുന്ന പടുകൂറ്റൻ യുദ്ധക്കപ്പലുകൾ നില വിലുണ്ട്. ഇറാഖിനെ ആക്രമിക്കാൻ അമേരിക്ക, യുദ്ധവിമാനങ്ങൾക്കു വേണ്ട സൗകര്യം ചെയ്തുകൊടുക്കാൻ അയച്ചത് എബ്രഹാം ലിങ്കൻ എന്ന യുദ്ധക്കപ്പലായിരുന്നു.

വിമാനത്തെ ദുരുപയോഗം ചെയ്യുന്നു

വിമാനങ്ങൾ സാർവ്വത്രികമായ കാലത്തുതന്നെ പ്രധാനമായും യുദ്ധ ആവശ്യങ്ങൾക്കുവേണ്ടിയായിരുന്നു അവ ഉപയോഗിച്ചിരുന്നത്. ഒന്നാം ലോക മഹായുദ്ധത്തിന് ശേഷമാണ് യാത്രകൾക്കും, തപാൽ, ചരക്കു കൾ എന്നീ ആവശ്യങ്ങൾക്കും വിമാനം ഉപയോഗിച്ച് തുടങ്ങിയത്

എഫ്-15 ഈഗ്ൾ

അമേരിക്കയുടെ വി ഐ പി യായ യുദ്ധവിമാനങ്ങളിലൊന്നാണ് എഫ് 15 Eagle. ഇറാഖിനെ തകർത്തെറിയാൻ അമേരിക്ക ഈ വിമാനം വൻ തോതിൽ ഉപയോഗിച്ചിരുന്നു.

എഫ്-15 ഈഗ്ൾ

പൈലറ്റില്ലാ വിമാനം

ശത്രു സങ്കേതങ്ങളിൽ കടന്നുചെന്ന് എല്ലാം നിരീക്ഷിച്ച് മടങ്ങി വരുന്ന ആളില്ലാ വിമാനമാണ് പ്രിഡേറ്റർ. പൈലറ്റില്ലാ വിമാനം തന്നെ. ഇതിൽ ഘടിപ്പിച്ചിട്ടുള്ള വീഡിയോ ക്യാമറകളും ഇൻഫ്രാറെഡ് ക്യാമറ കളും ശത്രു സങ്കേതങ്ങളെക്കുറിച്ചും ആക്രമണം നടത്താനുദ്ദേശിക്കുന്ന സ്ഥലത്തെക്കുറിച്ചുമുള്ള ചിത്രങ്ങൾ വേണ്ടപ്പെട്ടവർക്ക് എത്തിച്ച് കൊടു ക്കുന്നു.

ടൊർണാഡോ

യുദ്ധരംഗത്ത് ഏറെ ജോലിചെയ്യാൻ സഹായിക്കുന്ന ടൊർണാഡോ എന്ന പേരുള്ള വിമാനങ്ങൾ. ബ്രിട്ടൻ, ജർമ്മനി, ഇറ്റലി എന്നീ ശക്തികളുടെ എയർഫോഴ്സുകൾക്കു വേണ്ടി ഒരു അന്താരാഷ്ട്ര വിമാനക്കമ്പനി 1970 ൽ നിർമ്മിച്ചുകൊടുത്തതാണ് രംഗനിരീക്ഷണപ്പറക്കലിനും ആകാശയുദ്ധത്തിനും ഉപയോഗിക്കാൻ ഒരുപോലെ കഴിവുള്ള ടൊർണാഡോ ജെറ്റുകൾ, ബോംബർ വിമാനങ്ങളായും മിസൈൽ വാഹിനിയായും ഉപയോഗിക്കാൻ കഴിവുള്ള ഘടനയോടെയാണ് നിർമ്മിച്ചിട്ടുള്ളത്.

ഏറ്റവും ഭാരമുള്ള വിമാനം ഏത്

ലോകത്ത് ഇന്നേവരെ നിർമ്മിക്കപ്പെട്ടവയിലെ ഏറ്റവും ഭാരമുള്ള വിമാനം ഏതാണെന്നറിയാമോ. ആന്റോനോവ് എ എൻ 225 എന്ന ഈ വിമാനഭീമന്റെ ഭാരമെത്രയാണെന്നോ - 600 ടൺ. ഏറ്റവും വലിയ ചിറകും ഈ രാക്ഷസനു തന്നെ-88. 4 മീറ്ററാണ് ചിറകിന്. ഏറ്റവും വലിയ വിമാന നിർമ്മാണ കമ്പനി യാത്രാവിമാനങ്ങളും യുദ്ധവിമാനങ്ങളും ഒരുപോലെ നിർമ്മിക്കുന്ന കമ്പനിയാണിത്. യുദ്ധാവശ്യങ്ങൾക്കുള്ള ജെറ്റ് എഞ്ചിനുകൾ ഹെലികോപ്റ്ററുകൾ, മിസൈൽ സിസ്റ്റം തുടങ്ങിയവയൊക്കെ ബോയിങ് കമ്പനി പ്രതിവർഷം വൻതോതിൽ ഉണ്ടാക്കുന്നുണ്ട്.

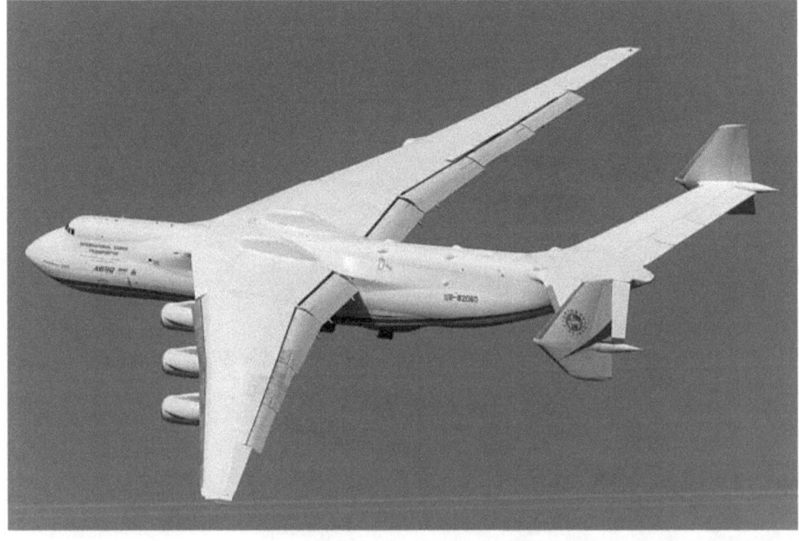

ഏറ്റവും ഭാരം കൂടിയ ആന്റോനോവ് എ എൻ 225

അമേരിക്കയിൽ ഏറ്റവും കൂടുതൽ കയറ്റുമതിയുള്ളൊരു കമ്പനി കൂടിയാണിത്. ചിക്കാഗോയിലാണ് കമ്പനിയുടെ ആസ്ഥാനം. ഒന്നാം ലോക മഹായുദ്ധകാലത്ത് യു എസ് സൈന്യത്തിന് വേണ്ടി യുദ്ധവിമാ

നങ്ങളും നിരീക്ഷണ ബോട്ടുകളും നിർമ്മിച്ചുകൊടുത്തതും ഈ കമ്പനി തന്നെയായിരുന്നു. ഈ കമ്പനിയാണ് ലോകത്തിലെ ആദ്യത്തെ എയർമെയിൽ സർവ്വീസ് ആരംഭിച്ചത്. 1919 ൽ അമേരിക്കയിലെ സിയാറ്റിൻ എന്ന പ്രദേശത്തുനിന്നും ബ്രിട്ടീഷ് കൊളമ്പിയയിലെ വിക്ടോറിയയിലേക്കായിരുന്നു ചരിത്രത്തിലെ ആദ്യത്തെ വ്യോമതപാൽ. ബോയിങ് കമ്പനി തുടക്കമിട്ട ഈ തപാൽ സമ്പ്രദായം ഇന്ന് ലോകമെമ്പാടും ഉരുപ്പടികളെത്തിക്കാൻ വിപുലമായ സംവിധാനങ്ങൾതന്നെയാണ് ലോകത്തിന് നല്കികൊണ്ടിരിക്കുന്നത്.

മരപ്പണിക്കാരന്റെ ബുദ്ധി

ലോകത്തിലെ ഏറ്റവും വലിയ ഈ വിമാനക്കമ്പനിയുടെ ആശയം ആരുടെ ബുദ്ധിയിൽനിന്നുണ്ടായതാണ് എന്നറിയാൻ നിങ്ങൾക്ക് കൗതുകമില്ലേ. കേൾക്കുമ്പോൾ അതിശയിച്ചുപോകുന്ന ഒരു നാടൻ പണിക്കാരനാണത്രേ ഈ വമ്പൻ കമ്പനിയുടെ അമരക്കാരനും സ്ഥാപകനും- ഒരു മരപ്പണിക്കാരൻ.

ആത്മവിശ്വാസവും പ്രയത്നവും

വില്യം ബോയിങ് എന്നായിരുന്നു ആ മരപ്പണിക്കാരന്റെ നാമധേയം. മരത്തടി കടഞ്ഞെടുത്ത് ബസുകൾക്കും, ലോറികൾക്കും കപ്പൽ തുടങ്ങിയ ജലയാനങ്ങൾക്കുമൊക്കെ രൂപഘടനയുണ്ടാക്കിയിരുന്ന വില്യമിന്റെ ചിരകാല സ്വപ്നമായിരുന്നുവത്രേ ഒരു വിമാനമുണ്ടാക്കി പറത്തിവിടുക എന്നത്. തന്റെ ചങ്ങാതിയായ നേവി എഞ്ചിനീയർ കോൺറാഡ് ബസ്റ്റർ വെൽറ്റ് എന്നയാളും ചേർന്ന് 1916 ലാണ് കമ്പനിക്ക് രൂപം നല്കിയത്. സ്വപ്രയത്നവും ആത്മാർത്ഥതയും ചങ്കൂറ്റവും ആത്മവിശ്വാസവും തന്നെയാണ് ഏതൊരു വൻ സംരംഭത്തിന്റെയും ഹരിശ്രീ എന്ന് ഈ കമ്പനിയുടെ പിന്നീടുള്ള വളർച്ചയും ലോകത്തിലുള്ള സ്ഥാനവും നമുക്ക് കാട്ടിത്തന്നു.

ഏറ്റവും വലിയ വില്പനയുള്ള യാത്രാ വിമാനം

വിമാനം ലോകത്തിന്റെതന്നെ ശ്രദ്ധാകേന്ദ്രമായി മാറിയ ബോയിങ് കമ്പനി ഇന്നിപ്പോൾ യാത്രാവിമാനങ്ങളും പോർവിമാനങ്ങളും മാത്രമല്ല ബഹിരാകാശവാഹനങ്ങൾവരെ നിർമ്മിക്കുന്നു. ബോയിങ് 747 എന്ന ഭീമാകാരരൂപിയാണ് വിമാനങ്ങളുടെ ആശാൻ എന്ന വിശേഷണത്തിന് യോഗ്യൻ. ഒരേ സമയം 490 യാത്രക്കാരെ ഉൾപ്പെടുത്താൻ ഇവനുകഴിയുന്നു. നാലുജെറ്റ് എഞ്ചിനുകൾ ഘടിപ്പിച്ചാണത്രേ ഇത്തരം ജംബോ ജെറ്റ്വിമാനങ്ങൾ തങ്ങളുടെ പറക്കൽ ദൗത്യം നിർവ്വഹിക്കുന്നത്. ഈ കമ്പനിയുടെ ഏറ്റവും ചെറിയ ഇനമായ ബോയിങ് 737 ആണ് ഇന്ന് ലോകത്തിലെ ഏറ്റവും വില്പനയുള്ള വിമാനം.

ബോയിങ് എന്ന പദം കേൾക്കുമ്പോൾ ആ ആത്മവിശ്വാസവും സ്വയംസമർപ്പണവുമുള്ള മരപ്പണിക്കാരനെ നാം ഓർത്തുപോകുന്നില്ലേ. വേണമെങ്കിൽ ചക്ക വേരിലും കായ്ക്കും എന്ന പ്രയോഗം നമ്മൾ ഓരോരുത്തർക്കും വലിയ ആത്മവിശ്വാസവും പ്രോത്സാഹനവും തന്നെയാണ് നല്കുന്നത്. ബോയിങ് എന്ന വിമാന നിർമ്മാണക്കമ്പനിയുടെ ആസ്തി നമ്മളെ ഇത് വിളിച്ചറിയിക്കുകയും ചെയ്യുന്നു.

സൈനികയാനങ്ങൾ അഥവാ, പോർവിമാനങ്ങൾ

ഒരു രാജ്യത്തിന്റെ സൈന്യം യുദ്ധത്തിനോ, ഗതാഗത സൗകര്യങ്ങൾക്കോ ഉപയോഗിക്കുന്ന വിമാനങ്ങളെയും ഹെലികോപ്റ്ററുകളെയും സൈനികവിമാനം എന്ന് പറയുന്നു. സൈനികവിമാനങ്ങളിൽ ശത്രുരാജ്യത്തിന്റെ സേനയെയോ, അവരുടെ മറ്റ് ആസ്തികളെയോ ആക്രമിച്ച് നശിപ്പിക്കാൻ ഉപയോഗിക്കുന്ന വിമാനങ്ങളെ യുദ്ധവിമാനം എന്ന് വിളിക്കുന്നു. സൈനികരെയോ, സൈന്യത്തിന് ആവശ്യമുള്ള സാമഗ്രികളെയോ കടത്താൻ ഉപയോഗിക്കുന്ന വിമാനങ്ങളെ മിലിട്ടറി ട്രാൻസ്പോർട്ട് എന്ന് പറയുന്നു.

നാലുവിധത്തിൽ

യുദ്ധവിമാനങ്ങൾ പ്രധാനമായും നാല് തരം ഉണ്ട്, അവ ആക്രമണ വിമാനം, പോർവിമാനം, ബോംബർ വിമാനം, ഇലക്ട്രോണിക് ആക്രമണ വിമാനം എന്നിവയാണ്.

കാലാൾപ്പട (infantry), യന്ത്രവല്കൃത കാലാൾപ്പട (mechanised infantry), കവചിത സേന (armour unit) എന്നിവയെ ആക്രമിക്കാൻ ഉപയോഗിക്കുന്ന വിമാനങ്ങളാണ് ആക്രമണ വിമാനങ്ങൾ. ആക്രമണ വിമാനങ്ങളിൽ സാധാരണ വലിയ ഇനം തോക്കുകളും സൂക്ഷ്മ ലക്ഷ്യ മിസൈലുകളും ബോംബുകളും (precision guided munitions) ഘടിപ്പിച്ചിട്ടുണ്ടാവും. ഭാരിച്ച ഇനം തോക്കുകൾ വഹിക്കുന്നതുകൊണ്ട് ഇവയെ ഗൺഷിപ്പ് (gunship) എന്നും പറയും.

പോർവിമാനം

പോർവിമാനങ്ങളുടെ പ്രധാന ഉപയോഗം മറ്റ് യുദ്ധവിമാനങ്ങളെ ആക്രമിക്കുകയാണ്. പോർവിമാനങ്ങൾ മറ്റുള്ള യുദ്ധവിമാനങ്ങളെ അപേക്ഷിച്ച് വലിപ്പം കുറഞ്ഞവയും, വർദ്ധിച്ച ഗതിനിയന്ത്രണ (manoeuvrabiltiy) ശേഷിയുള്ളവയുമായിരിക്കും. പോർവിമാനങ്ങൾക്ക് വായുവിൽനിന്ന് കരസേനകളെ ആക്രമിക്കാനുപയോഗിക്കുന്ന ആക്രമണ വിമാനമായും പ്രവർത്തിക്കാനുള്ള ശേഷിയുണ്ടാവും. കൂടുതലും ഈ ഇരട്ട ഉപയോഗത്തിനുള്ള (dual use) ശേഷി വിമാനത്തിൽ സജ്ജമാക്കുന്ന വെടിക്കോപ്പുകളെ (munitions) അപേക്ഷിച്ചിരിക്കും.

സൂക്ഷ്മലക്ഷ്യ മിസൈലുകളും, ബോംബുകളും (precision guided munitions) ഘടിപ്പിച്ചാൽ മിക്കവാറും എല്ലാ പോർവിമാനങ്ങളും ആക്രമണ വിമാനമായി ഉപയോഗിക്കാം

ബോംബർ വിമാനം

ശത്രുരാജ്യത്തിന്റെ നിയന്ത്രണത്തിലുള്ള പ്രദേശങ്ങളിൽ ഉയരത്തിൽനിന്ന് ബോംബുകൾ വർഷിക്കാൻ ഉപയോഗിക്കുന്ന വിമാനങ്ങളാണ് ബോംബർ വിമാനങ്ങൾ. ഇത്തരം വിമാനങ്ങൾ വലിപ്പംകൂടിയവയും കൂടുതൽ ഭാരം വഹിക്കാൻ കഴിവുള്ളതുമായിരിക്കും. പറക്കുന്ന വേഗം താരതമ്യേന കുറവായിരിക്കും.

ഇലക്ട്രോണിക് ആക്രമണവിമാനം

ശക്തിയുള്ള റേഡിയോ തരംഗങ്ങൾ പുറപ്പെടുവിച്ച് ശത്രുസൈന്യത്തിന്റെ റഡാറും മറ്റ് വാർത്താവിനിമയ ഉപകരണങ്ങളുടെയും പ്രവർത്തനം തടസ്സപ്പെടുത്താൻ ഉപയോഗിക്കുന്ന വിമാനങ്ങളാണിവ. ഇതിനുള്ളിൽ ആയുധങ്ങളേക്കാൾ കൂടുതൽ പല തരത്തിലുള്ള ഇലക്ട്രോണിക് ഉപകരണങ്ങളാണുണ്ടാവുക. AWACS പോലെ മൊബൈൽ റഡാർ വഹിക്കുന്ന വിമാനങ്ങളും ഈ കൂട്ടത്തിൽപെടും.

ചില പ്രത്യേകതരം വിമാനങ്ങൾ

വെറും യാത്രകൾക്കു വേണ്ടിമാത്രമായിരുന്നു പണ്ട് വിമാനം കണ്ടുപിടിച്ചത്. എന്നാൽ സൗകര്യങ്ങൾ കൂടിയപ്പോൾ ആവശ്യങ്ങളുടെ ഒരു നീണ്ട നിര തന്നെ വിമാനങ്ങൾക്കുണ്ടായി. കേൾക്കൂ, ആകാശയാനങ്ങളുടെ വിവിധങ്ങളായ ആവശ്യങ്ങളും വ്യത്യസ്തമായ പേരുകളും..

ഫ്ളൈയിങ് വിങ്: പേരു സൂചിപ്പിക്കുന്നതുപോലെ തന്നെ ഒരു പറക്കും ചിറക് ആണ് ഇത്തരം വിമാനങ്ങൾ. യഥാർത്ഥത്തിൽ ഇത്തരം വിമാനങ്ങളിൽ വേറിട്ട ഫ്യൂസ്‌ലേജോ ഹൊറിസോണ്ടൽ, വെർട്ടിക്കൽ സ്റ്റബിലൈസറുകളോ കാണപ്പെടുന്നില്ല.

ബ്ലെന്റഡ് വിങ് ബോഡി: വിമാനത്തിന്റെ ഉടലും ചിറകും കൂട്ടിച്ചേർത്തുള്ള പ്രത്യേക രൂപകല്പനയാണിത്. ഫ്ളയിങ് വിങ്ങിന്റയും സാധാരണ വിമാനരൂപകല്പനയുടേയും സങ്കരമാണ് ബ്ലെന്റഡ് വിങ് ബോഡി (BWB).

ലിഫ്റ്റിങ് ബോഡി: ചിറകുകളേ ഇല്ലാത്ത വിമാനമാണ് ഇത്തരം വിമാനങ്ങൾ. പേരു സൂചിപ്പിക്കുന്നതുപോലെ വിമാനത്തിന്റെ ഉടലാണ് ചിറകിനു പകരം ഉയർത്തൽ ബലം അഥവാ ലിഫ്റ്റ് ഉല്പാദിപ്പിക്കുന്നത്.

ടാൻഡം വിങ്: രണ്ടു ചിറകുകൾ ഉപയോഗിക്കുന്ന വിമാനങ്ങളാണിവ. എന്നാൽ ബൈപ്ലെയ്നിൽനിന്ന് തികച്ചും വ്യത്യസ്തമാണ് ഇവ. മുന്നിൽ സ്ഥാപിച്ചിരിക്കുന്ന ചിറക് കാനാർഡ് വിമാനത്തിലേതുപോലെ ടെയ്ൽപ്ലെയ്നിന്റെ ധർമ്മം നിർവ്വഹിക്കുന്നവയാണ്. കൂടാതെ രണ്ടു ചിറകും ഉയർത്തൽ ബലം നല്കുകയും ചെയ്യും. എന്നാൽ ബൈപ്ലെയ്നിൽ ടെയ്ൽപ്ലെയ്ൻ വേറിട്ടാണ് കാണപ്പെടുക.

സ്വിങ് വിങ് വിമാനം: സാധാരണ ഉയർന്ന വേഗതയിൽ പറക്കുന്ന വിമാനങ്ങളിൽ സ്വെപ്റ്റ് ചിറകുകളും താഴ്ന്ന വേഗതയിൽ പറക്കു

ന്നവയിൽ ഫ്യൂസ്‌ലേജുമായി ലംബമായി സ്ഥാപിക്കുന്ന സാധാരണ ചിറകുകളുമാണ് കാണപ്പെടുക. എന്നാൽ സ്വിങ് വിങ് വിമാനങ്ങളിൽ പൈലറ്റിന് ഈ രണ്ട് തരം ചിറകുകളും ഇഷ്ടാനുസരണം ഉപയോഗിക്കാൻ സാധിക്കും. ഉയർന്ന വേഗതയിൽ പറക്കുമ്പോൾ ചിറകുകളെ സ്വെപ്റ്റ് ആക്കുകയും ചെറിയ വേഗതയിൽ പറക്കുമ്പോൾ തിരിച്ച് സാധാരണ സ്ഥാനം കൈവരിപ്പിക്കുകയും ചെയ്യുന്നു.

ടെയ്ൽ സിറ്റർ വിമാനം: ചിറകുകളിൽ പറന്നുയരാനും താഴ്ന്നിറങ്ങാനും കഴിവുള്ള വി ടി ഒ എൽ വിമാനങ്ങളാണ് ഇവ.

ഇത്തരം ചില വിമാനങ്ങളുടെ ചിറകറ്റത്ത് ചെറിയ ജെറ്റ് എൻജിനുകളും കാണപ്പെടുന്നു.

ലിഫ്റ്റ് ഫാൻ: പ്രത്യേക തരം വി ടി ഒ എൽ വിമാനങ്ങളാണ് ഇവ. സാധാരണ വി ടി ഒ എൽ വിമാനങ്ങളിൽ ലിഫ്റ്റ് ലഭ്യമാക്കുന്ന എൻജിനുകൾ ചിറകുകളിൽ തന്നെയാണ് സ്ഥാപിക്കുന്നത്. എന്നാൽ ലിഫ് ഫാൻ വിമാനങ്ങളിൽ ടർബോപ്രോപ് പോലുള്ള ഒരു ഫാൻ ഫ്യൂസിലേജിൽ കോക്പിറ്റിന് പിറകിലായി മുകളിലേക്ക് തുറന്ന് സ്ഥാപിക്കുന്നു. ഈ ഫാൻ ആണ് വിമാനത്തിന് ഉയർത്തൽ ബലം നല്കുന്നത്.

സ്റ്റെൽത്ത് വിമാനം: ഇത്തരം വിമാനങ്ങളെ റഡാറുകൾക്ക് കണ്ടുപിടിക്കാൻ അസാദ്ധ്യമാണ്. സ്റ്റെൽത്ത് എന്നറിയപ്പെടുന്ന സാങ്കേതികവിദ്യ ഉപയോഗിക്കുന്ന ഇത്തരം വിമാനങ്ങൾ പോർവിമാനങ്ങളാണ്. വിമാനത്തിന്റെ ആകൃതി, ഉടൽ നിർമ്മിച്ചിരിക്കുന്ന മെറ്റീരിയൽ എന്നിവയുടെ പ്രത്യേകതകൊണ്ടും റഡാർ ആഗിരണ പദാർത്ഥങ്ങൾ ഉപയോഗിച്ചുമാണ് സ്റ്റെൽത്ത് വിമാനങ്ങൾ റഡാറുകളുടെ കണ്ണു വെട്ടിക്കുന്നത്.

ഫോൾഡിങ് വിങ്: സ്ഥലം ലാഭിക്കാൻ വേണ്ടി ചിറകുകൾ മടക്കി വെക്കാവുന്ന വിമാനങ്ങളാണിവ. നാവികസേനകളുടെ വിമാനവാഹിനി കപ്പലുകളിലാണ് ഇവയുടെ ഉപയോഗം കൂടുതൽ. പക്ഷേ, ഇവയുടെ ചിറകുകൾ സാധാരണ ചിറകുകളെ അപേക്ഷിച്ച് ഭാരക്കൂടുതലുള്ളവയും സങ്കീർണ്ണമായ ഭാഗങ്ങൾ ഉള്ളവയുമായിരിക്കും.

ടെയ്ൽ ലെസ് വിമാനം: ഹൊറിസോണ്ടൽ സ്റ്റബിലൈസറുകൾ കാണപ്പെടാത്ത വിമാനങ്ങളാണിവ. ഹൊറിസോണ്ടൽ കൺട്രോളുകൾ ഇവയുടെ പ്രധാന ചിറകിലായിരിക്കും കാണപ്പെടുക.

ഇവ ഡെൽറ്റ വിമാനങ്ങളോ അല്ലെങ്കിൽ സാധാരണ ചിറകുള്ള വിമാനങ്ങൾ തന്നെയോ ആവാം.

ആകാശനൗകകൾ

വായുവിലൂടെയോ അല്ലെങ്കിൽ മറ്റേതെങ്കിലും അന്തരീക്ഷത്തിലൂടെയോ സഞ്ചരിക്കാൻ കഴിവുള്ള വാഹനങ്ങളെയാണ് ആകാശനൗക അഥവാ എയർക്രാഫ്റ്റ് എന്നതു കൊണ്ടുദ്ദേശിക്കുന്നത്. ആകാശനൗകകളുമായി ബന്ധപ്പെട്ട എല്ലാ പ്രവർത്തനങ്ങളേയും സൂചിപ്പിക്കാൻ വ്യോമയാനം എന്ന പദമുപയോഗിക്കുന്നു. ആകാശനൗകകളെ രണ്ടു തരത്തിൽ വർഗ്ഗീകരിക്കാം. വായുവിനേക്കാൾ ഭാരം കുറഞ്ഞവ അഥവാ എയ്റോസ്റ്റാറ്റുകൾ, വായുവിനേക്കാൾ ഭാരം കൂടിയവ അഥവാ എയ്റോഡൈനുകൾ എന്നിങ്ങനെ.

വായുവിനേക്കാൾ ഭാരം കുറഞ്ഞവ

കപ്പലുകൾ ജലത്തിലെന്നതുപോലെ എയ്റോസ്റ്റാറ്റുകൾ പ്ലവനശക്തി ഉപയോഗിച്ചാണ് വായുവിൽ ഒഴുകി നടക്കുന്നത്. ഹീലിയം, ഹൈഡ്രജൻ, ചൂടുള്ള വായു തുടങ്ങി സാന്ദ്രത കുറഞ്ഞ വാതകങ്ങൾ ഉപയോഗിച്ച് ഇത്തരം വാഹനങ്ങൾ അന്തരീക്ഷവായുവിനെ ആദേശം ചെയ്യുന്നു. എയ്റോസ്റ്റാറ്റുകളുടെ പ്രത്യേകതയായ വലിയ വാതകസഞ്ചികളിലാണ് ഈ വാതകങ്ങൾ ശേഖരിച്ചു വെക്കുന്നത്. ബലൂണുകൾ എന്നും ആകാശക്കപ്പൽ എന്നും എയ്റോസ്റ്റാറ്റുകളെ രണ്ടായി തരംതിരിക്കാം.

വായുവിനേക്കാൾ ഭാരം കൂടിയവ

നിശ്ചല ചിറകുകളുള്ളവയായ വിമാനങ്ങൾ, ഗ്ലൈഡറുകൾ, ചലിക്കുന്ന ചിറകുകളുള്ള റോട്ടർക്രാഫ്റ്റുകൾ (ഹെലികോപ്റ്റർ പോലുള്ളവ), എന്നിവയാണ് വായുവിനേക്കാൾ ഭാരം കൂടിയ വിമാനങ്ങളായി

എന്നറിയപ്പെടുന്നത്.

വിമാനങ്ങളിൽ എയ്റോഡൈനാമിക് ലിഫ്റ്റ് ഉണ്ടാക്കുന്നത് ചിറകുകൾ ഉപയോഗിച്ചാണ്. ചിറകുപോലുള്ള ബ്ലേഡുകൾ തിരിച്ച് റോട്ടർക്രാഫ്റ്റുകൾ ലിഫ്റ്റ് ഉല്പാദിപ്പിക്കുന്നു.

എയ്റോഡൈനുകൾ

ഇത്തരം വാഹനങ്ങൾ അവയുടെ സഞ്ചാര ദിശയ്ക്ക് എതിരെ വരുന്ന വായുവിനെ വിവിധ മാർഗ്ഗങ്ങളുപയോഗിച്ച് താഴേക്ക് തള്ളുന്നു. ന്യൂട്ടന്റെ മൂന്നാം ചലന നിയമം അനുസരിച്ച് ഈ പ്രവർത്തനത്തിന്റെ പ്രതിപ്രവർത്തനമായാണ് ലിഫ്റ്റ് അഥവാ ഉയർത്തൽ ബലം ഉണ്ടാവുന്നത്. വായുവിലൂടെയുള്ള ചലനത്തിലൂടെ (dynamic movement) ലിഫ്റ്റ് ഉണ്ടാക്കുന്നതുകൊണ്ട് വായുവിനേക്കാൾ ഭാരം കൂടിയ ആകാശനൗകകളെ എയ്റോഡൈനുകൾ എന്നു വിളിക്കുന്നത്.

വായുഗതികപരമായും, യാന്ത്രികോർജ്ജം ഉപയോഗിച്ചും രണ്ടു തരത്തിൽ ലിഫ്റ്റ് ഉല്പാദിപ്പിക്കുന്നു. *എയ്റോഡൈനാമിക് ലിഫ്റ്റ്* എന്നും *പവേർഡ് ലിഫ്റ്റ്* എന്നും യഥാക്രമം ഇവ അറിയപ്പെടുന്നു. വിമാനങ്ങളിൽ എയ്റോഡൈനാമിക് ലിഫ്റ്റ് ഉണ്ടാക്കുന്നത് ചിറകുകൾ ഉപയോഗിച്ചാണ്. ചിറകുപോലുള്ള ബ്ലേഡുകൾ തിരിച്ച് റോട്ടർക്രാഫ്റ്റുകൾ ലിഫ്റ്റ് ഉല്പാദിപ്പിക്കുന്നു. എൻജിനുകൾ ഉപയോഗിച്ച് വായു താഴേക്ക് ശക്തമായി തള്ളിയാണ് '*പവേർഡ് ലിഫ്റ്റ്*' സാദ്ധ്യമാകുന്നത്.

റോട്ടർക്രാഫ്റ്റ്

റോട്ടർ എന്ന സംവിധാനം ഉപയോഗിച്ച് തുടർച്ചയായി തിരിഞ്ഞുകൊണ്ടിരിക്കുന്ന ചിറകുകൾ ഉള്ള ആകാശനൗകകളാണ് റോട്ടർക്രാഫ്റ്റ്.

റോട്ടർക്രാഫ്റ്റ്

ഉപയോഗത്തെ അടിസ്ഥാനപ്പെടുത്തി ആകാശനൗകകളെ സൈനികാവശ്യങ്ങൾക്കുള്ളവ, വാണിജ്യാവശ്യത്തിനുള്ളവ, ഗവേഷണാവശ്യങ്ങൾക്കുള്ളവ എന്നിങ്ങനെ തരംതിരിച്ചിട്ടുണ്ട്

സൈനിക വിമാനങ്ങൾ അഥവാ പോർ വിമാനങ്ങൾ സൈനികമായ ആവശ്യങ്ങൾക്കുമാത്രം ഉപയോഗിക്കപ്പെടുന്നവ. എന്നിരുന്നാലും അത്യാവശ്യ വേളകളിൽ സൈനികേതര ആവശ്യങ്ങൾക്കും ഉപയോഗിക്കാറുണ്ട്. ഇവയെ വീണ്ടും അവയുടെ ഉപയോഗത്തിനനുസരിച്ച് തരം തിരിച്ചത് ഇങ്ങനെയാണ്.

സൈനിക വിമാനങ്ങൾ

ബോംബർ, ആക്രമണ വിമാനങ്ങൾ, നിരീക്ഷണ വിമാനങ്ങൾ, ഭാരോദ്വാഹക വിമാനങ്ങൾ, ഇന്ധന വാഹക വിമാനങ്ങൾ, വൈമാനികരില്ലാത്ത വിമാനങ്ങൾ, പ്രത്യേക ഉപയോഗത്തിനുള്ളവ, ഹെലികോപ്റ്റർ.

വ്യാവസായിക വിമാനങ്ങൾ

യാത്രാവിമാനങ്ങൾ, ചരക്കു വിമാനങ്ങൾ, പര്യടന വിമാനങ്ങൾ, കാർഷിക ഉപയോഗ വിമാനങ്ങൾ, കടൽ വിമാനങ്ങൾ, പറക്കും ബോട്ടുകൾ, മുങ്ങും വിമാനങ്ങൾ, ഹെലികോപ്റ്ററുകൾ.

ബലൂണുകൾ

വായുവിനേക്കാൾ സാന്ദ്രത കുറഞ്ഞ വാതകങ്ങളുപയോഗിച്ച് സഞ്ചരിക്കുന്ന ആകാശനൗകകളാണ് ബലൂണുകൾ. പ്ലവനശക്തി മൂലമാണ് ബലൂണുകൾ വായുവിൽ ഉയർന്നു പൊങ്ങുന്നത്. വായുവിന്റെ ചലനത്തിന് അനുസൃതമായാണ് ബലൂണുകൾ സഞ്ചരിക്കുക. ആകാശ ക്കപ്പലുകളെപോലെ ബലൂണുകളെ ഊർജ്ജം ഉപയോഗിച്ച് നിയന്ത്രി ക്കാൻ സാദ്ധ്യമല്ല. ചൂടുവായു നിറച്ച ആളില്ലാ ബലൂണുകളെപ്പറ്റിയുള്ള വിവരണങ്ങൾ ചൈനീസ് ചരിത്രത്തിൽ എമ്പാടും കാണാം. ഷു ഹാൻ (Shu Han) രാജവംശത്തിലെ ഹ്യൂങ് ലിയാങ് രാജാവ് സൈനിക സിഗ്നലുകൾ കൈമാറാനായി ചൂടുവായുമൂലം പറക്കുന്ന ബലൂൺ വിള ക്കുകൾ ഉപയോഗിച്ചിരുന്നു. ഇവയെ കോങ്മിങ് വിളക്കുകൾ (Kongming lantern) എന്നു പറയുന്നു.

വിവിധതരം ബലൂണുകൾ

ചൂടുവായു ബലൂണുകൾ

ഉള്ളിലുള്ള വായു ചൂടാക്കിയാണ് ഇത്തരം ബലൂണുകൾ ഉയർന്നു പൊങ്ങാൻ ആവശ്യമായ പ്ലവനശക്തി ഉണ്ടാക്കുന്നത്. ഏറ്റവും കൂടു തലായി കാണപ്പെടുന്ന തരം ബലൂണുകളാണിവ.

വാതക ബലൂണുകൾ

അന്തരീക്ഷത്തേക്കാളും തന്മാത്രാഭാരം കുറവായ വാതകങ്ങളാണ് ഇത്തരം ബലൂണുകളിൽ നിറയ്ക്കുന്നത്.

ഹൈഡ്രജൻ ബലൂണുകൾ:

ഹിൻഡെൻബർഗ് ദുരന്തത്തിനുശേഷം ഇത്തരം ബലൂണുകൾ വ്യാപകമായി ഉപയോഗിക്കാറില്ല. ഹൈഡ്രജൻ വാതകത്തിന് തീ പിടിക്കാൻ എളുപ്പമായതു കൊണ്ടാണ് ഇത്. (കായികാവശ്യങ്ങൾക്കുള്ളതും ശാസ്ത്രീയ, കാലവസ്ഥാ നിരീക്ഷണാവശ്യങ്ങൾക്കുമുള്ള മനുഷ്യൻ സഞ്ചരിക്കാത്ത ചില ബലൂണുകളിലും ഹൈഡ്രജൻ ഇപ്പോഴും ഉപയോഗിക്കുന്നു).

ഹീലിയം ബലൂണുകൾ:

ഇന്ന് മനുഷ്യൻ സഞ്ചരിക്കുന്ന ഭൂരിഭാഗം ബലൂണുകളിലും ആകാശക്കപ്പലുകളിലും ഹീലിയമാണ് ഉപയോഗിക്കുന്നത്.

ഹീലിയം ബലൂണിൽ ഒരു ആകാശ സഞ്ചാരം

അമോണിയ ബലൂണുകൾ

കുറഞ്ഞ ഉയർത്തൽ ബലം നല്കുന്നതിനാൽ വിരളമായി മാത്രം ഉപയോഗിക്കുന്നു.

കൽക്കരി വാതക ബലൂണുകൾ: പണ്ട് ബലൂണുകളിൽ ഉപയോഗിച്ചിരുന്നു. തീ പിടിക്കാൻ സാദ്ധ്യത കൂടുതലാണ്.

റോസിയർ ബലൂണുകൾ

ചൂടുവായുവും ഭാരം കുറഞ്ഞ വാതകങ്ങളും ഉപയോഗിക്കുന്നതരം ബലൂണുകളാണിവ. പ്രത്യേകം അറകളിൽ നിറച്ചിരിക്കുന്ന രണ്ടുതരം വാതകങ്ങ ളും ഉപയോഗിച്ചാണ് ഇത്തരം ബലൂണുകളിൽ ഉയർത്തൽ ബലം ഉണ്ടാക്കുന്നത്. വളരെ ദൈർഘ്യമേറിയ യാത്രകൾക്ക് ഇവ ഉപയോഗിക്കുന്നു.

റോട്ടർക്രാഫ്റ്റുകൾ

വായുവിനേക്കാൾ ഭാരം കൂടിയ ആകാശനൗകകളാണ് റോട്ടർ ക്രാഫ്റ്റുകൾ. റോട്ടർ ബ്ലേഡുകൾ എന്നറിയപ്പെടുന്ന ചിറകുകൾ തുടർ ച്ചയായി തിരിച്ചാണ് റോട്ടർക്രാഫ്റ്റുകൾ ലിഫ്റ്റ് അഥവാ ഉയർത്തൽ ബലം ഉണ്ടാക്കുന്നത്. യാന്ത്രികോർജ്ജമുപയോഗിച്ച് തിരിയാൻ കഴി യുന്ന റോട്ടർ എന്ന സംവിധാനത്തിന് ചുറ്റുമായി റോട്ടർ ബ്ലേഡുകൾ വിന്യസിച്ചിരിക്കുന്നു.

ഹെലികോപ്റ്റർ

എഞ്ചിൻകൊണ്ട് പ്രവർത്തിക്കുന്ന റോട്ടറുകൾ ഉള്ള റോട്ടർക്രാ ഫ്റ്റുകൾ ആണ് ഹെലികോപ്റ്ററുകൾ. അവയ്ക്ക് ലംബമായി പറന്നു പൊങ്ങാനും താഴ്ന്നിറങ്ങാനും വായുവിൽ സഞ്ചരിക്കാതെ തങ്ങി നില് ക്കാനും, മുൻപിൽ ഭാഗങ്ങളിലേക്കും, വശങ്ങളിലേക്കും പറക്കാനും സാധിക്കും. ഒന്നോ അതിൽ കൂടുതലോ റോട്ടറുകൾ ഉള്ള വിവിധതരം ഹെലികോപ്റ്ററുകൾ കാണാൻ സാധിക്കും.

ഓട്ടോഗൈറോ

ഹെലികോപ്റ്ററിൽനിന്ന് വിപരീതമായി വായുഗതികബലങ്ങൾ ഉപയോഗിച്ച് റോട്ടർ പ്രവർത്തിപ്പിക്കുന്ന റോട്ടർക്രാഫ്റ്റുകൾ ആണ് ഓട്ടോഗൈറോ. എന്നാൽ ഇവയ്ക്ക് തള്ളൽ ബലം അഥവാ ത്രസ്റ്റ് നല്കുന്നത് വിമാനങ്ങളിൽ കാണുന്നതുപോലുള്ള എഞ്ചിൻകൊണ്ട് പ്രവർത്തിക്കുന്ന പ്രൊപ്പല്ലർ മൂലമാണ്. വിമാനങ്ങളുടേയും ഹെലികോപ് റ്ററുകളുടേയും സാങ്കേതികവിദ്യ ഉപയോഗിക്കുന്നുണ്ടെങ്കിലും ഓട്ടോ ഗൈറോകൾ അവ രണ്ടിൽനിന്നും തികച്ചും വ്യത്യസ്തമാണ്. യു എസ്

ഫെഡറൽ ഏവിയേഷൻ അഡ്മിനിസ്ട്രേഷൻ ഓട്ടോഗൈറോകളെ ഗൈറോകോപ്റ്റേഴ്സ് എന്നാണ് പരാമർശിക്കുന്നത്.

ഗൈറോഡൈൻ

വായുവിനേക്കാൾ ഭാരം കൂടിയ ഒരു ആകാശനൗകയാണ് ഗൈറോ ഡൈൻ. എൻജിൻ കൊണ്ടു പ്രവർത്തിക്കുന്ന റോട്ടർ ഉപയോഗിച്ചാണ് ഇവ പറന്നുയരുന്നത്. ഹെലികോപ്റ്ററുകളെപ്പോലെ ഇവയ്ക്ക് വായുവിൽ തങ്ങി നില്ക്കാനും താഴ്ന്നിറങ്ങാനും സാധിക്കും. എന്നാൽ റോട്ടർ സംവി ധാനത്തിന് പുറമെ ഇവയ്ക്ക് മറ്റൊരു പ്രൊപ്പൽഷൻ സിസ്റ്റം കൂടി ഉണ്ടാ യിരിക്കും. ഉയർന്ന വേഗങ്ങളിൽ ഇവയുടെ റോട്ടർ ഓട്ടോഗൈറോകളു ടേതുപോലെ പ്രവർത്തിക്കുന്നു. അതായത് ഇത്തരം വേഗങ്ങളിൽ ഗൈറോഡൈനുകളുടെ റോട്ടർ വാഹനത്തെ നിയന്ത്രിക്കാതെ ഉയർ ത്തൽ ബലം മാത്രം നല്കുന്നു

റ്റിൽടോട്ടർ

ചലിപ്പിക്കാൻ സാധിക്കുന്ന പ്രൊപ്പല്ലറുകൾ ഉള്ള ആകാശനൗകക ളാണ് റ്റിൽടോട്ടറുകൾ. ഈ രോധിനികളെ പ്രൊപ്രൊടോർസ് എന്നു വിളിക്കുന്നു. പ്രൊപ്പൽഷനും ഉന്നത വെഗങ്ങളിൽ ഉയർത്തൽ ബലവും

റ്റിൽടോട്ടർ

ഈ രോധികളാണ് നല്കുന്നത്. റ്റിൽടോട്ടറുകൾ ലംബമായി പറന്നു പൊങ്ങാൻ പ്രൊപ്രൊടോർസ് ആകാശനൗകയ്ക്ക് തിരശ്ചീനമായി വെക്കുന്നു. തള്ളൽ ബലം അഥവാ ത്രസ്റ്റ് താഴോട്ടാക്കി ക്രമീകരിക്കാൻ വേണ്ടിയാണ് ഇത്. ഇത്തരത്തിൽ ഇവയ്ക്ക് ലംബമായി ഉയർന്നു

പൊങ്ങാനും താഴ്ന്നിറങ്ങാനും സാധിക്കും. ഹെലികോപ്റ്ററുകളെ പോലെ വായുവിൽ തങ്ങിനില്ക്കാനും ഇവയ്ക്ക് കഴിയുന്നു. തുടർന്ന് വാഹനം നല്ല വേഗത കൈവരിക്കുന്നതിനനുസരിച്ച് പ്രൊപ്രൊടോർസ് നിലത്തിന് ലംബമായി തിരിച്ചു വയ്ക്കുന്നു. ഈ അവസ്ഥയിൽ ചിറകുകൾക്ക് പകരം പ്രൊപ്രൊടോർസ് ആണ് ഉയർത്തൽ ബലം നല്കുന്നത്.

ആകാശക്കപ്പലുകൾ

വായുവിനേക്കാൾ ഭാരം കുറഞ്ഞ ആകാശനൗകകളാണ് ആകാശ കപ്പലുകൾ. ഇവ ഡിറിജിബിൾ എന്നും അറിയപ്പെടുന്നു. ബലൂണുകളെ പോലെ സാന്ദ്രത കുറഞ്ഞ വാതകങ്ങൾ വലിയ സഞ്ചികളിൽ നിറച്ചാണ് ആകാശക്കപ്പലുകൾ ഉയർന്നുപൊങ്ങുന്നത്. എന്നാൽ ബലൂണുകളിൽ നിന്ന് വ്യത്യസ്തമായി എഞ്ചിൻകൊണ്ട് പ്രവർത്തിക്കുന്ന പ്രൊപ്പല്ലറുകൾ ഉപയോഗിച്ച് ഇവയ്ക്ക് വായുവിലൂടെ സഞ്ചരിക്കാൻ സാധിക്കും.

സെപ്പലിൻ ഫാക്ടറി

ആകാശക്കപ്പലുകളുടെ നിർമ്മാണത്തിൽ ഗണ്യമായ പുരോഗതിക്കിടയാക്കിയത് ജർമ്മൻകാരനായ കൌണ്ട് സെപ്പലിൻ ആണ്. സാങ്കേതിക ശാസ്ത്രത്തിൽ അസാധാരണ നൈപുണ്യം നേടിയിരുന്ന സെപ്പലിൻ എന്ന ശാസ്ത്രജ്ഞൻ തന്റെ സമ്പാദ്യം മുഴുവനും ആകാശക്കപ്പൽ നിർമ്മാണത്തിന്റെ അഭിവൃദ്ധിക്കായി വിനിയോഗിച്ചു. അദ്ദേഹത്തിന്റെ പ്രയത്നങ്ങളുടെ വിജയത്തിൽ സന്തുഷ്ടരായ ജർമ്മൻകാർ മൂന്നു ലക്ഷം പവൻ പിരിച്ചെടുത്തത് അദ്ദേഹത്തിനു സമ്മാനിച്ചു. ഈ ധനം കൊണ്ട് അദ്ദേഹം ജർമ്മനിയിൽ സ്ഥാപിച്ച ആകാശക്കപ്പൽ നിർമ്മാണകേന്ദ്രമാണ് വിശ്വവിഖ്യാതമായ സെപ്പലിൻ ഫാക്ടറി. അവിടെ നിർമ്മിച്ച 150 മീ. നീളവും 15 മീ. വ്യാസവുമുള്ള ആകാശക്കപ്പലുകൾ 1915 ൽ ഇംഗ്ലണ്ടിനെ ബോംബു ചെയ്യുകയുണ്ടായി.

മൂന്നുവിധത്തിൽ

നിർമ്മാണരീതിയെ ആധാരമാക്കി ആകാശക്കപ്പലുകളെ മൂന്നു വർഗ്ഗങ്ങളായി തിരിക്കാം.

1) അദൃഢം (nonrigid)

ദൃഢമായ ചട്ടക്കൂടില്ലാത്തതാണ് ആദ്യത്തെ തരം. ഇത്തരം കപ്പലുകളെ ബ്ളിംപ് (Blimp) എന്നും പറയാറുണ്ട്. ഇവയുടെ ബലൂണുകൾ വാതകം പുറത്തുപോകാനനുവദിക്കാത്ത തരത്തിൽ കട്ടിയുള്ള പദാർത്ഥങ്ങൾ കൊണ്ടുണ്ടാക്കുന്നു. ബലൂണിലടക്കം ചെയ്തിട്ടുള്ള വാതകത്തിന്റെ സമ്മർദ്ദംകൊണ്ടാണ് ഇതിന്റെ ആകൃതി നിലനില്ക്കുന്നത്. 1950 നും 1960 നും ഇടയ്ക്ക് ഈ വർഗ്ഗത്തിലുള്ളതും ഹീലിയം നിറച്ചതുമായ നിരവധി ആകാശക്കപ്പലുകൾ അമേരിക്കയിൽ നിർമ്മിച്ചിരുന്നു.

2) അർദ്ധദൃഢം (semirigid)

വാതകത്തിന്റെ ആന്തരമർദ്ദംകൊണ്ട് ആകൃതി പരിപാലിക്കുന്ന ബലൂണിന്റെ അധോഭാഗത്ത് ഭാരം താങ്ങാൻ കഴിവുള്ളതും നെടുനീളത്തിലുള്ളതുമായ ചട്ടത്തോടുകൂടിയതാണ് അർദ്ധദൃഢതരം. ഇവയുടെ അറ്റഭാരം (net weight) താരതമ്യേന കുറവായതിനാൽ വഹിക്കാവുന്ന ഭാരം (pay load) മറ്റു രണ്ടു വർഗ്ഗങ്ങളെ അപേക്ഷിച്ച് കൂടുതലായിരിക്കും. യാത്രക്കാർക്കിരിക്കാനുള്ള മുറിയും (cabin) ചരക്കുകൾ കയറ്റുന്ന അറകളും അടിയിലുള്ള ചട്ടത്തിലാണ് ഘടിപ്പിക്കുന്നത്.

3) ദൃഢം (rigid)

സാന്ദ്രത (denstiy) കുറഞ്ഞ ലോഹസങ്കരങ്ങളും മരവും കൊണ്ടുണ്ടാക്കപ്പെട്ട ദൃഢമായ ചട്ടക്കൂടുള്ളതാണ് ദൃഢതരം. ഇത്തരത്തിലുള്ള ചട്ടക്കൂടിനെ ക്യാൻവാസ് കൊണ്ടു പൊതിയുന്നു. വാതകത്തിന്റെ ആന്തരസമ്മർദ്ദത്തിൽ മാറ്റങ്ങളുണ്ടായാലും ഇവയുടെ ആകൃതിയിൽ മാറ്റമുണ്ടാകുന്നതല്ല. ഒന്നാം ലോകയുദ്ധത്തിനുശേഷം ജർമ്മനി നിർമ്മിച്ച ഗ്രാഫ് സെപ്പലിൻ, ഹിൻഡൻബർഗ് എന്നിവയും അമേരിക്ക നിർമ്മിച്ച ആക്രോണും ദൃഢതരത്തിൽപ്പെടുന്നു. 1900 ജൂലൈ 2 ന് ആണ് എൽ ഇസഡ് 1 എന്ന ആദ്യത്തെ ദൃഢ ആകാശക്കപ്പൽ ജർമ്മനിയിൽ ഫ്രീഡ്റിക്ഷാഫൻ (Freidrischafen) എന്ന സ്ഥലത്തുനിന്നും പറന്നുയർന്നത്.

ഗ്രാഫ്സെപ്പലിൻ എന്ന അതിശയം

സമുദ്രങ്ങൾ തരണംചെയ്ത് ആദ്യമായി ഭൂമി ചുറ്റി സഞ്ചരിച്ച ആകാശക്കപ്പൽ ഗ്രാഫ്സെപ്പലിനായിരുന്നു. 1928 ൽ നിർമ്മിച്ച ഈ കപ്പലിന് 137 മീ. നീളവും, 1931 ൽ അമേരിക്ക നിർമ്മിച്ച യു എസ് എസ് ആക്രോൺ എന്ന കപ്പലിന് 140 മീ നീളവും ഉണ്ടായിരുന്നു. ജർമ്മനിയിൽ നിർമ്മിച്ചതും (1936) 148 മീ നീളമുള്ളതും ഹൈഡ്രജൻ നിറച്ചതുമായ ഹിൻഡൻബർഗ് 1937 ൽ തീപിടിച്ച് നശിച്ചുപോയി. ഗ്രാഫ്സെപ്പലിന്റെ ഭൂമിയെ ചുറ്റിയുള്ള ആദ്യയാത്ര ലോകമൊട്ടുക്ക്

ഗ്രാഫ്സെപ്പലിൻ

അത്ഭുതം ഉളവാക്കി. ഫ്രീഡ്റിക്ഷാഫനിൽനിന്നും പുറപ്പെട്ട ഗ്രാഫ്സെപ്പലിൻ 12068 കി മീ അനുസ്യൂതം യാത്രചെയ്തു ടോക്കിയോവിലെത്തി. അവിടെനിന്നും തിരിച്ച് അമേരിക്കയിലെ ലേക്ക്ഹേർസ്റ്റിലെത്തുകയും സുരക്ഷിതമായി ജർമ്മനിയിൽ തിരിച്ചെത്തുകയും ചെയ്തു. യാത്ര തുടങ്ങി 22-ാമത്തെ ദിവസമാണ് തിരിച്ചെത്തിയതെങ്കിലും വ്യോമ സഞ്ചാരത്തിനുമാത്രം വേണ്ടിവന്ന സമയം പതിനൊന്നര ദിവസമായിരുന്നു. പ്രസിദ്ധ ജർമ്മൻ വൈമാനികനായ 'ഹെൻഎക്നർ' ആയിരുന്നു ഈ ആകാശകപ്പലിന്റെ ക്യാപ്റ്റൻ.

ഒര് അത്യാഹിതം

ഒന്നാം ലോകയുദ്ധത്തിനുശേഷം ഇംഗ്ലണ്ടിലും ആകാശക്കപ്പൽ നിർമ്മാണത്തിൽ വലിയ പുരോഗതിയുണ്ടായി. ഭൂമിയെ ചുറ്റാനുദ്ദേശിച്ച് നിർമ്മിച്ച (1929) 'ആർ 101' എന്ന ആകാശക്കപ്പലിന് 222 മീ നീളവും 42 മീ. വ്യാസവും ഉണ്ടായിരുന്നു. 54 യാത്രക്കാരെയും വഹിച്ച് 1930 ഒക്ടോബർ 5 ന് ഇന്ത്യയിലേക്കു പുറപ്പെട്ട 'ആർ 101' ഫ്രാൻസിനു മുകളിൽക്കൂടി പറക്കുമ്പോൾ എന്തോ തകരാറുമൂലം പെട്ടെന്നു താഴുകയും ഒരു പർവ്വതനിരയിൽ തട്ടി തീപിടിച്ചു നശിക്കുകയും ചെയ്തു. ഈ അത്യാഹിതത്തിൽ 48 യാത്രക്കാർ മൃതിയടഞ്ഞു. കറാച്ചിയിൽ ഈ ആകാശക്കപ്പലിനെ സ്വീകരിച്ച് നിർത്തുന്നതിനു വളരെ ഉയരമുള്ള സ്തംഭം കെട്ടിയുയർത്തിയിട്ടുണ്ടായിരുന്നു.

പാരച്യൂട്ടിന്റെ കഥ

പ്രകൃതിയുടെ പാരച്യൂട്ടുകളായ അപ്പൂപ്പൻ താടിയിൽനിന്നുള്ള പ്രചോദനമുൾക്കൊണ്ട് ഇറ്റാലിയൻ ചിത്രകാരനും ശാസ്ത്രജ്ഞനുമായിരുന്ന ഡാവിഞ്ചിയുടെ ഡയറിയിൽനിന്നാണല്ലോ പാരച്യൂട്ട് എന്ന ആശയം 1485 ൽ ലോകത്തിന് ലഭിച്ചതെന്ന് നേരത്തെ നമ്മൾ മനസ്സിലാക്കി. പാരച്യൂട്ട് എന്ന വർണ്ണമനോഹരമായ ആകാശക്കുടകളെപ്പറ്റി കുറച്ചുകൂടി രസകരമായ കാര്യങ്ങൾ നമുക്ക് ചർച്ച ചെയ്യാം.

കൂടുതൽ ഉയരത്തിൽനിന്നും അന്തരീക്ഷത്തിലൂടെ കീഴ്പ്പോട്ട് വരുന്ന വസ്തുക്കളുടെ പതന വേഗത കുറയ്ക്കുന്നതിനുള്ള സൂത്രവിദ്യയാണ് പാരച്യൂട്ട്. പറന്നുകൊണ്ടിരിക്കുന്ന വിമാനത്തിൽ വെച്ച് ആൾക്കോ മറ്റേതെങ്കിലും വസ്തുക്കൾക്കോ അത്യാഹിതം സംഭവിച്ചാൽ സുരക്ഷിതമായി ഭൂമിയിലെത്തിക്കാനാണ് പൊതുവായി ഇതുപയോഗിക്കുന്നത്. 18-ാം നൂറ്റാണ്ടിൽ ബലൂൺ യാത്ര പ്രചാരം നേടിയപ്പോൾ അതിൽനിന്നുള്ള പ്രചോദനവും പാരച്യൂട്ടിന്റെ കണ്ടുപിടുത്തത്തിന് കാരണമായി. ഫ്രഞ്ചുകാരനായ ലൂയി സെബാസ്റ്റ്യൻലീനോർമണ്ട് എന്നയാൾ 1783 ൽ താൻ കണ്ടുപിടിച്ചു രൂപകല്പന ചെയ്ത പാരച്യൂട്ട് അരയിൽക്കെട്ടി ഫ്രാൻസിലെ മോൺപെലിയർ ഒബ്സർവേറ്ററി എന്നു പേരുള്ള ഒരു ഗോപുരത്തിൽ നിന്ന് താഴേക്ക് ചാടി. എന്നാൽ ശ്രമം വിജയിച്ചില്ല. രൂപകല്പനയിലെ അപാകതയും വ്യക്തമായ പദ്ധതിയുടെ പോരായ്മയുമായിരുന്നു ഈ വിഫലശ്രമത്തിന് പിന്നിൽ. പരിക്കുകളോടെ രക്ഷപ്പെടുകയായിരുന്നു നോർമണ്ട്.

പാരച്യൂട്ട് എന്ന സഹായി

1801 ൽ ആന്ദ്രേ ജാക്വിസ് ഗാർനറിൻ എന്നുപേരുള്ള ഒരു ഫ്രഞ്ച്

വൈമാനികൻ ഇംഗ്ലണ്ടിൽവെച്ച് 2400 മീറ്റർ ഉയരത്തിൽനിന്നു ചാടി തന്റെ കണ്ടുപിടുത്തം ലോകത്തിന് പരിചയപ്പെടുത്തി. അതിന് ശേഷം 1808 ൽ ജൊറാക്കി കുറാപ്പെന്റോ എന്ന ബലൂണിസ്റ്റ് പോളണ്ടിലെ വാഴ്സാക്കു മുകളിലൂടെ പറക്കുമ്പോൾ താനുപയോഗിച്ചിരുന്ന മോൺട് ഗോൾഫിയർ ബലൂണിന് തീ പിടിക്കുകയും കൂടെ കരുതിയിരുന്ന പാരച്യൂട്ടിലൂടെ കീഴ്പ്പോട്ടിറങ്ങി രക്ഷപ്പെട്ടു. ഈ സംഭവമായിരുന്നു പാരച്യൂട്ട് എന്ന ജീവൻ രക്ഷാ ഉപകരണത്തെ കൂടുതൽ ജനശ്രദ്ധയാകർഷിക്കാനും താല്പര്യപൂർവ്വം പരിഗണിക്കാനും കാരണമായത്. 1880 ൽ മടക്കിവെക്കാവുന്ന പാരച്യൂട്ടുകൾ അമേരിക്കയിൽ നിർമ്മിച്ചു തുടങ്ങി. അക്കാലത്ത് ജീവൻ രക്ഷാ സഹായി എന്നതിലുപരി വെറും വിനോദമായിട്ടാണ് എല്ലാവരും പാരച്യൂട്ടിനെ കണ്ടത്.

ആധുനിക പാരച്യൂട്ട്

1919 ലാണ് ആധുനിക പാരച്യൂട്ടിന്റെ രൂപരേഖ അമേരിക്കയിൽ ജനിക്കുന്നത്. ലെസ്ലി ഇർവിൻ എന്ന അമേരിക്കൻ വ്യോമയാന വിദഗ്ദ്ധനാണ് ഇതിന്റെ ഉപജ്ഞാതാവ്. ആധുനിക പാരച്യൂട്ടിന്റെ പിതാവായും ഇദ്ദേഹത്തെ ലോകം കാണുന്നു. ഒരു സാധാരണ പാരച്യൂട്ടിന്റെ ഭാഗങ്ങൾ ഏതൊക്കെയാണ് എന്നു പരിശോധിക്കാം. വൃത്താകൃതിയിലുള്ള ഒരു പട്ടുതുണി, നൈലോൺ കൊണ്ട് നിർമ്മിച്ച മുകൾ ഭാഗം അതിന് ചുറ്റുമായി തൂങ്ങിക്കിടക്കുന്ന കയർ എന്നിവയാണ് ഈ ഭാഗങ്ങൾ. തൂങ്ങിക്കിടക്കുന്ന കയറുകൾ വൈമാനികന്റെ ശരീരവുമായി ബന്ധിപ്പിച്ചിരിക്കും.

ലെസ്ലി ഇർവിൻ

രണ്ടു തരം പാരച്യൂട്ടുകൾ

പ്രധാനമായും സഞ്ചാരാവശ്യത്തിനും വിമാനങ്ങളിൽനിന്നും അപകടനേരത്ത് സുരക്ഷിതമായി പറന്നിറങ്ങാനുള്ള പാരച്യൂട്ടുകൾക്ക് 7 മുതൽ 9 മീറ്റർ വരെ വ്യാസമുണ്ടാകും. ചരക്കുകളും മറ്റു ഭാരമുള്ള വസ്തുക്കളും വഹിക്കുന്നതിനുപയോഗിക്കുന്ന പാരച്യൂട്ടുകളാണ് മറ്റൊന്ന്. ഇത് വിടർന്ന് വികസിക്കുമ്പോൾ 20 മുതൽ 30 മീറ്റർവരെ വ്യാസമുള്ളവയാണ്. ഇങ്ങനെ രണ്ട് തരം പാരച്യൂട്ടുകളാണ് നിലവിൽ ഉള്ളത്.

യുദ്ധവേളകളിൽ

മനുഷ്യന്റെ കണ്ടുപിടുത്തങ്ങൾ ജന നന്മ മുന്നിൽ കണ്ടുകൊണ്ടാണെന്ന വാദം തികച്ചും അസംബന്ധമെന്ന് കണ്ടുകൊണ്ടിരിക്കുകയാണ് ലോകം. പാരച്യൂട്ട്, വൈമാനികരുടെ ജീവൻരക്ഷിക്കുന്നതിനുവേണ്ടി സഹായിക്കുന്നു. അതുപോലെ യുദ്ധരംഗത്തും പാരച്യൂട്ട് അതിന്റേതായ പങ്കു വഹിക്കുന്നുണ്ട്. യുദ്ധത്തിൽ തകർന്നുവീഴുന്ന വിമാനങ്ങളിൽ നിന്ന് രക്ഷപ്പെടുന്നതിനുവേണ്ടി നിവരുന്ന പാരച്യൂട്ടുകൾ ഒന്നാം ലോക മഹായുദ്ധകാലത്ത് ഉപയോഗിച്ചിരുന്നു.

ഒരേ സമയം ഇരുപതാൾ

രണ്ടാം ലോക മഹായുദ്ധകാലമായപ്പോഴേക്കും കുറച്ചുകൂടി സൗകര്യപ്രദമായി പാരച്യൂട്ടിനെ യുദ്ധരംഗത്ത് എങ്ങനെ പ്രയോജനപ്പെടുത്താം എന്നായി ആലോചന. അങ്ങനെ യുദ്ധരംഗത്തിലേക്കാവശ്യമായ സാമഗ്രികൾ കൊണ്ടുവരുന്നതിനും സൈനികർക്ക് ശത്രുപാളയങ്ങളിൽ നുഴഞ്ഞുകയറുന്നതിനും ആയുധങ്ങൾ ഇറക്കുമതിചെയ്യാനും പാരച്യൂട്ടുകൾ ഉപയോഗിച്ചുകൊണ്ടിരിക്കുന്നു. ഇരുപതോളം സൈനികരെ ഒരേ സമയത്ത് വഹിക്കാൻ ശക്തിയുള്ള പാരച്യൂട്ടുകൾ വരെ വൻശക്തികൾ ഉപയോഗിക്കുന്നു.

എന്താണ് പാരച്യൂട്ട്. .

വായുവിനെതിരെ തടസ്സം സൃഷ്ടിച്ച് അന്തരീക്ഷത്തിൽ കൂടെ സഞ്ചരിക്കുന്ന ഒരു വസ്തുവിന്റെ വേഗത കുറയ്ക്കാൻ ഉപയോഗിക്കുന്ന ഒരു ഉപകരണമാണ് പാരച്യൂട്ട്. ഒരു വസ്തുവിന്റെ ടെർമിനൽ വേഗത എഴുപത്തിയഞ്ച് ശതമാനം കുറയ്ക്കാൻ കഴിയുന്ന ഉപകരണത്തിനെയാണ് പാരച്യൂട്ട് എന്നുവിളിക്കാറുള്ളത്. പാരച്യൂട്ടുകൾ വളരെ കനം കുറഞ്ഞതും ശക്തിയുള്ളതുമായ തുണി ഉപയോഗിച്ചാണ് നിർമ്മിക്കുന്നത്. നൈലോണാണ് സാധാരണയായി പാരച്യൂട്ടുകൾ നിർമ്മിക്കാനുപയോഗിക്കുന്നത്. ആളുകളെയോ ഭക്ഷണമോ ഉപകരണങ്ങളോ ബോംബുകളോ ബഹിരാകാശ വാഹനങ്ങളെയോ വളരെ പതുക്കെ അന്തരീക്ഷത്തിലൂടെ താഴെയെത്തിക്കാനാണ് പാരച്യൂട്ടുകൾ പ്രധാനമായും ഉപയോഗിക്കുന്നത്. വലിവ്ച്യൂട്ടുകൾ ഒരു വസ്തുവിന്റെ തിരശ്ചീനമായ ചലനവേഗത കുറയ്ക്കാൻ ഉപയോഗിക്കുന്നു. മടക്കാൻ കഴിയാത്ത ചിറകുകളുള്ള വിമാനങ്ങൾ, വലിവ് റേസറുകൾ എന്നിവയിലും ചിലതരം ലഘു വിമാനങ്ങളിൽ സന്തുലനം നിലനിർത്താനും പാരച്യൂട്ടുകൾ ഉപയോഗപ്പെടുത്താറുണ്ട്.

പല തരം പാരച്യൂട്ടുകൾ

പാരച്യൂട്ടുകളിലൂടെയുള്ള ചാട്ടം വൻ വിനോദമായും വൻ ശക്തി

കളായ രാജ്യങ്ങൾ കണക്കാക്കിപ്പോരുന്നുണ്ട്. അമേരിക്ക, ഫ്രാൻസ്, ജർമ്മനി തുടങ്ങിയ രാജ്യങ്ങൾ പാരച്യൂട്ടുകളിലൂടെയുള്ള ചാട്ടം മത്സര ഇനമായിപ്പോലും നടത്താറുണ്ട്. ഇങ്ങനെ 10,000 മീറ്റർ ഉയരത്തിൽനിന്നു പോലും ഇതുപയോഗിച്ച് ചാടുന്നു. ഇത്തരം പാരച്യൂട്ടുകളിൽ ബട്ടൺ അമർത്തിയാൽ വിടരുന്നവയും വായുവിന്റെ ആയാസമനുസരിച്ച് വിട രുന്നവയുമുണ്ട്. ഉപയോഗം കഴിഞ്ഞാൽ പല ഭാഗങ്ങളായി വെക്കാൻ കഴിയുന്നവ ഇക്കൂട്ടത്തിൽ പെടുന്നു.

ചാട്ടം വാർത്തകൾ

വിവിധ വർണ്ണങ്ങൾ പൂശിയതും മൃഗങ്ങളുടെ മുഖാകൃതിയിലുള്ളതു മായ ഇത്തരം പാരച്യൂട്ടുകൾക്ക് ശരാശരി 8 കിലോഗ്രാം വരെ തൂക്കവും കണക്കാക്കുന്ന ഗോപുരത്തിൽനിന്നുമൊക്കെ അഭ്യാസികൾ പാരച്യൂ ട്ടിൽ ചാടി വാർത്തകളിൽ സ്ഥാനം പിടിക്കുന്നു.

മുൻ കരുതലുകൾ

വിമാനങ്ങൾക്ക് അഗ്നിബാധയുണ്ടാകുമ്പോഴും യുദ്ധരംഗത്തുനിന്ന് പോർ വിമാനങ്ങളിൽനിന്ന് ഭൂമിയിലേക്ക് ചാടിയിറങ്ങുന്നതിനുമൊക്കെ പാരച്യൂട്ട് ഉപയോഗിച്ചിരുന്നതിൽനിന്നും മാറി ഇന്ന് വിനോദോപാധി യായി പാരച്യൂട്ടിനെക്കാണുന്നുണ്ട്. ഇത്തരം സന്ദർഭങ്ങളിൽ അന്തരീ ക്ഷത്തിലെ ഉയർന്ന മണ്ഡലങ്ങളിൽ മണിക്കൂറുകൾ പാരച്യൂട്ടിൽ കഴി ച്ചുകൂട്ടേണ്ടിവരുമ്പോൾ ചില മുൻ കരുതലുകൾ എടുക്കേണ്ടതുണ്ട്. ഇത്തരം സന്ദർഭങ്ങളിൽ ഓക്സിജൻ സിലിണ്ടർ, ഊതി വീർപ്പിക്കാവു ന്നതും ജലോപരിതലത്തിൽ യാത്രചെയ്യാനുതകുന്നതുമായ റബ്ബർ ബോട്ട്,അത്യാവശ്യത്തിനുള്ള വെള്ളം, ആഹാരം, മരുന്ന് എന്നിവ കൂടെ കരുതേണ്ടത് നല്ലതാണ്.

പാരച്യൂട്ട് എങ്ങനെ പ്രവർത്തിക്കുന്നു

ഭൂമിയുടെ ഗുരുത്വാകർഷണം,വായു രോധം എന്നീ തത്ത്വങ്ങളെ അടിസ്ഥാനമാക്കിയാണ് പാരച്യൂട്ട് പ്രവർത്തിക്കുന്നത്. ഭൂമി തന്റെ ആകർഷണവലയത്തിലുള്ള വസ്തുക്കളെ എപ്പോഴും തന്നിലേക്ക് ആകർഷിച്ച് കൊണ്ടിരിക്കുന്നുണ്ടല്ലോ. ഇതാണ് ഗുരുത്വാകർഷണബലം. അതുപോലെ വായുവിൽ മുകളിൽനിന്നു വീഴുന്ന വസ്തുക്കൾക്കെതി രെയുള്ള വായുവിന്റെ പ്രതിരോധമാണ് വായുരോധം.

വലുതും താരതമ്യേന പരന്ന പ്രതലവുമുള്ള വസ്തുക്കളിൽ വായു രോധം വളരെ കൂടുതലായിരിക്കും. ഭൂമിയുടെ ഗുരുത്വാകർഷണബലം വളരെ കുറവുമായിരിക്കും. ഈ പ്രവർത്തനം തെളിയിക്കുന്ന ഒരു സൂത്ര മുണ്ട്. ഒരേ ഭാരമുള്ള പഞ്ഞിയും ഇരുമ്പാണിയും വളരെ ഉയരത്തിൽ നിന്നും താഴേക്കിട്ടാൽ ഇരുമ്പാണി ആദ്യം താഴെ എത്തുന്നു. പഞ്ഞിയാ

പാരച്യൂട്ട്

വട്ടെ പിന്നീട് വായുവിൽ തത്തിക്കളിച്ച് തെന്നിത്തെന്നിയാണ് താഴെയെത്തുന്നത്.

ജീവൻ രക്ഷിക്കും കുട

ഇപ്രകാരം പഞ്ഞിയെപ്പോലെയാണ് പാരച്യൂട്ട് എന്നു പറയാം. വായുരോധം ഏറെ കൂടുതലും ഗുരുത്വാകർഷണം വളരെ കുറവുമായതിനാലാണ് പാരച്യൂട്ടുകൾ താഴേക്കുപതിക്കുമ്പോൾ വേഗത കുറയുന്നത്. ഇങ്ങനെ വളരെ സാവധാനം താഴേക്കൂർന്നിറങ്ങുന്ന സഞ്ചാരിക്ക് ജീവൻ രക്ഷിക്കുന്ന കുടയായിത്തന്നെ പാരച്യൂട്ട് നിലകൊള്ളുന്നു.

അന്തർദ്ദേശീയ സംഘടനകൾ

വിവിധ രാജ്യങ്ങളിലെ വിമാനസർവ്വീസുകളുടെ ലോകസംഘടനയെ അന്താരാഷ്ട്ര വ്യോമഗതാഗത സംഘടന (International Air Transport Association-I A T A) എന്നു പറയുന്നു. ഇത് 1919 ൽ സ്ഥാപിതമായി. ഈ സംഘടന രൂപവല്ക്കരിക്കുന്നതിനുള്ള ആദ്യ സമ്മേളനം 1919 ആഗസ്ത് 25 ന് പ്രാഗിൽവച്ചു കൂടി. ആഗസ്ത് 28 ന് സമ്മേളനം അംഗീകരിച്ച ഒരു പ്രമേയത്തിലൂടെ അന്താരാഷ്ട്ര വ്യോമഗതാഗതസംഘടന നിലവിൽവന്നു.

താമസിയാതെ സംഘടനയുടെ പ്രവർത്തനം അഞ്ചു ഭൂഖണ്ഡങ്ങളിലേക്കും വ്യാപിക്കുകയുണ്ടായി. മുഖ്യമായും ഓരോ രാജ്യത്തിലെയും പതാകാവാഹക വിമാനസർവ്വീസുകൾ ഈ സംഘടനയിൽ അംഗങ്ങളാണ്. ഈ സർവ്വീസുകൾ ദേശീയവും അന്താരാഷ്ട്രീയവുമായ വ്യോമയാനത്തിന്റെ ഏറിയ പങ്കും നിർവ്വഹിക്കുന്നു. ഇപ്പോൾ 250 ൽപ്പരം രാജ്യങ്ങളിലെ വിമാനസർവ്വീസുകൾ ഈ ലോകസംഘടനയിലെ അംഗങ്ങളാണ്.

പ്രധാന ഉത്തരവാദിത്വം

വ്യോമഗതാഗതത്തിൽ ഈ സംഘടന ഒരു പ്രധാന പങ്ക് വഹിക്കുന്നു. വിമാനയാത്ര നടത്തുവാൻ പറ്റിയ സമയത്തെയും സാഹചര്യങ്ങളെയുംപറ്റി ഈ സംഘടന ശരിയായ വിവരം നല്കുന്നു. ഇത് ലോകത്തെങ്ങുമുള്ള വിമാനസർവ്വീസുകൾക്ക് ഏറെ സഹായകമാണ്. കൂടാതെ ഏറ്റവും കുറഞ്ഞ നിരക്കിൽ വ്യോമഗതാഗതം സാദ്ധ്യമാക്കാനും ഈ സംഘടന ശ്രമിക്കുന്നു. വിവിധ രാജ്യങ്ങളിലെ വിമാനസർവ്വീസുകളുടെ സംയുക്ത പ്രയത്നത്തെ ഈ സംഘടന ഏകോപി

പ്പിക്കുകയും ചെയ്യുന്നു. ഓരോ രാജ്യത്തും നാണയവും ഭാഷയും നിയമങ്ങളും അളവുകൾപോലും വ്യത്യസ്തങ്ങളാണ്. ഇത് അന്തർദ്ദേശീയ സഞ്ചാരികൾക്ക് വലിയ ബുദ്ധിമുട്ടുണ്ടാക്കുന്നു. ഏതെങ്കിലും ഒരു രാജ്യത്തിനു മാത്രമായി അഥവാ ഏതാനും ചിലതിനു മാത്രമായി പരിഹരിക്കാൻ സാദ്ധ്യമല്ലാത്ത ഈവക പ്രശ്നങ്ങൾക്ക് യോജിച്ചുള്ള പ്രവർത്തനത്തിലൂടെ പരിഹാരം കണ്ടെത്തുവാൻ ഈ ലോകസംഘടനയ്ക്കു സാധിക്കുന്നു.

സംഘടനയുടെ അധികാരം, അതിന്റെ വാർഷിക പൊതുയോഗത്തിൽ നിക്ഷിപ്തമാണ്. ഇതിൽ അംഗരാഷ്ട്രങ്ങൾക്കെല്ലാം തുല്യമായ വോട്ടവകാശമുണ്ട്. വാർഷികയോഗം തെരഞ്ഞെടുക്കുന്ന എക്സിക്യൂട്ടീവ് കമ്മിറ്റി ഓരോ വർഷത്തേക്കുമുള്ള നയപരിപാടികൾ രൂപവല്ക്കരിക്കുന്നു. പ്രധാന വിമാനസർവ്വീസുകളുടെ പ്രതിനിധികൾ, പലപ്പോഴും അവയുടെ അദ്ധ്യക്ഷന്മാർ, ചേർന്നതാണ് ഈ കമ്മിറ്റി. കൂടാതെ, ധനപരവും നിയമപരവും സാങ്കേതികവും വൈദ്യസഹായപരവും മറ്റുമായ വിഷയങ്ങളിൽ സംഘടനയുടെ പ്രവർത്തനങ്ങളെ സഹായിക്കാൻ ഓരോന്നിലും വിദഗ്ദ്ധന്മാരുൾപ്പെട്ട പ്രത്യേക ഉപദേശക സമിതികൾ രൂപവല്ക്കരിക്കപ്പെടുന്നു.

സേവന വ്യവസ്ഥകൾ

യാത്രാസൗകര്യങ്ങളെപ്പറ്റി ആലോചിക്കാൻ കൂടുന്ന പ്രത്യേക സമ്മേളനങ്ങളാണ് കൂലിനിരക്കും മറ്റു ബന്ധപ്പെട്ട കാര്യങ്ങളും തീരുമാനിക്കുന്നത്. എന്നാൽ ഓരോ വിമാന സർവ്വീസിന്റെയും കൂലിനിരക്ക്, സേവനവ്യവസ്ഥകൾ, വേതനക്രമം എന്നിവയെപ്പറ്റിയുള്ള അതതിന്റെ നയങ്ങളിൽ സംഘടന യാതൊരു നിയന്ത്രണവും ചെലുത്തുന്നില്ല. അത്തരം കാര്യങ്ങളെപ്പറ്റി വിവിധ സർവ്വീസുകൾക്ക് ഒന്നിച്ചു കൂടി ആലോചിക്കുവാൻ ഒരു പൊതുവേദി ഒരുക്കുക മാത്രമേ സംഘടന ചെയ്യുന്നുള്ളു. അങ്ങനെ സ്വീകരിക്കപ്പെടുന്ന പൊതുതീരുമാനങ്ങൾ പോലും അംഗസർവ്വീസുകൾ അംഗീകരിച്ചുകൊള്ളണമെന്ന് നിർബ്ബന്ധമില്ല. ഏതൊരു തീരുമാനവും നിരാകരിക്കാനോ പരിഷ്കരിക്കാനോ അംഗരാഷ്ട്രങ്ങൾക്ക് അധികാരമുണ്ട്. ഈ അധികാരം പലപ്പോഴും പ്രയോഗിക്കപ്പെട്ടിട്ടുമുണ്ട്.

ഇന്ത്യയുടെ പങ്ക്

അന്താരാഷ്ട്ര വ്യോമഗതാഗതസംഘടനയുടെ വാർഷിക സമ്മേളനങ്ങളിൽ ഇന്ത്യ സജീവമായി പങ്കെടുക്കുന്നു. ഇന്ത്യൻ വിമാനസർവ്വീസിന്റെ, മുൻ ചെയർമാൻ ജെ ആർ ഡി ടാറ്റാ 17 വർഷം എക്സിക്യൂട്ടീവ് കമ്മിറ്റിയിൽ അംഗമായിരുന്നു. യാത്രാസൗകര്യം വർധിപ്പിക്കാനും കൂലിനിരക്ക് കുറയ്ക്കാനും അങ്ങനെ ഇന്ത്യയിൽക്കൂടിയുള്ള അന്തർദ്ദേശീയ ഗതാഗതം അഭിവൃദ്ധിപ്പെടുത്താനും ഇന്ത്യൻ വിമാനസർ

വ്വീസിനു സാധിച്ചിട്ടുണ്ട്. വിദേശ സഞ്ചാരികളെ ഇന്ത്യയിലേക്ക് കൂടുതൽ ആകർഷിക്കാൻ പറ്റിയ തരത്തിൽ വ്യോമഗതാഗത സൗകര്യങ്ങൾ വർദ്ധിപ്പിച്ചിട്ടുണ്ട്.

1950 മുതൽ എയർഇന്ത്യ ഈ ലോകസംഘടനയിലെ അംഗമാണ്. അതിനുശേഷം ചെലവുകുറഞ്ഞ വ്യോമഗതാഗതത്തിന്റെ വിവിധ മേഖലകളിൽ ഇന്ത്യ പല പരിഷ്കാരങ്ങളും ഏർപ്പെടുത്തുവാൻ കേന്ദ്രസംഘടനയുമായി സഹകരിച്ചു പ്രവർത്തിച്ചുവരുന്നു.

ഫ്ളൈറ്റ് ഡാറ്റാ റെക്കോർഡർ, ബ്ളാക്ക് ബോക്സ്

ഫ്ളൈറ്റ് ഡാറ്റാ റെക്കോർഡർ

വിമാനങ്ങളിൽ നടക്കുന്ന വിവരങ്ങൾ രേഖപ്പെടുത്തിവയ്ക്കുന്ന ഒരു തരത്തിലുള്ള ഫ്ളൈറ്റ് റെക്കോർഡർ ഉപകരണമാണ് Flight Data Recorder (FDR). വിമാനങ്ങളുടെ പ്രവർത്തനങ്ങളുമായി ബന്ധപ്പെട്ട കാര്യങ്ങൾ രേഖപ്പെടുത്തുകയാണ് ഇത് ചെയ്യുന്നത്. വിമാനത്തിന്റെ യാത്രാചരിത്രത്തെക്കുറിച്ചുള്ള വിശദാംശങ്ങളാണ് ഫ്ളൈറ്റ് ഡാറ്റ റെക്കോർഡറിൽ പകർത്തുന്നത്. വേഗം കൂട്ടുന്നത്, എഞ്ചിന്റെ കുതിപ്പ്, സാധാരണ സഞ്ചാരവേഗം, ഉയരം, സ്ഥാനം തുടങ്ങിയ വിവരങ്ങൾ

ബ്ലാക്ക് ബോക്സ്

ഇതിലുണ്ടാകും. മറ്റൊരു തരത്തിലുള്ള ഫ്ളൈറ്റ് റെക്കോർഡറാണ് കോക്പിറ്റ് വോയ്സ് റെക്കോർഡർ CVR, കോക്പിറ്റിൽ നടക്കുന്ന സംഭാഷണങ്ങൾ, ക്രൂ അംഗങ്ങളും മറ്റുള്ളവരും നടത്തുന്ന ആശയ വിനിമയങ്ങൾ, എയർ ട്രാഫിക്ക് കൺട്രോളിലെ അംഗങ്ങളോടുള്ള

സംഭാഷണങ്ങൾ, യാത്രക്കാർക്ക് നല്കുന്ന മുന്നറിയിപ്പുകൾ, വിമാന ത്തിനുള്ളിലെ മറ്റ് ശബ്ദങ്ങൾ എന്നിവ ഇത് രേഖപ്പെടുത്തുന്നു. ചിലപ്പോൾ രണ്ട് ധർമ്മങ്ങളും നിർവ്വഹിക്കുന്ന ഒരൊറ്റ ഉപകരണമായിരിക്കും. (Digital Voice Data Recorder - DVDR)

ഫ്രാൻകോയിസ് ഹുസ്സനോട്ടും പോൾ ബുക്കോയിനും ചേർന്നാണ് ഫ്ളൈറ്റ് ഡാറ്റാ റെക്കോർഡറിന്റെ ആദ്യ രൂപം കണ്ടുപിടിച്ചത്. ഇത് 1939 ൽ ഫ്രാൻസിലെ മറിഗ്നാനി ഫ്ളൈറ്റ് ടെസ്റ്റ് സെന്ററിൽ വച്ചാണ്. ഇവർ തന്നെ നിർമ്മിച്ച ടൈപ്പ് എച്ച് ബി എന്ന ഉപകരണത്തിന്റെ സഹാ യത്തോടെയായിരുന്നു ഇത്. ഇത് ശരിക്കും ഒരു ഫോട്ടോഗ്രാഫിക് ഉപ കരണം മാത്രമായിരുന്നു. എന്തുകൊണ്ടെന്നാൽ വിവരങ്ങൾ ശേഖരി ച്ചിരുന്നത് ഏട്ടു മീറ്റർ നീളവും 88 മില്ലിമീറ്റർ വീതിയുമുള്ള ഒരു ഫോട്ടോഗ്രാഫിക് ഫിലിമിലായിരുന്നു. ശേഖരിക്കപ്പെടേണ്ട വിവരങ്ങളെ ഒരു കണ്ണാടിയുടെ സഹായത്തോടെയാണ് ചിത്രമായി ശേഖരിച്ചിരുന്നത്. ചിത്രങ്ങളായി ശേഖരിക്കപ്പെട്ട വിവരങ്ങൾ എളുപ്പത്തിൽ മനസ്സിലാക്കി യെടുക്കാൻ കഴിയും എന്നുള്ളതാണ് ഇത്തരത്തിലുള്ള ഒരു ഉപകരണ ത്തിന്റെ പ്രധാന പ്രത്യേകത. കൂടാതെ പിന്നീടു വന്ന കാന്തിക സഹായ ത്തോടെയുള്ളതും അല്ലെങ്കിൽ ഫ്ളാഷ് മെമ്മറി അടിസ്ഥാനമാക്കിയുള്ള ഉപകരണങ്ങളെപ്പോലെ പിന്നീട് ഉപയോഗിക്കാനോ, മായ്ച്ചുകളയാനോ സാധിക്കയില്ല. എന്നാൽ ഇത്തരം ഉപകരണം ഒറ്റ ഉപയോഗത്തിനു മാത്രമായി നിർമ്മിക്കപ്പെട്ടിരിക്കുന്നു. അതുകൊണ്ട് ഈ ഉപകരണം പരിശീലനസമയത്തുമാത്രമേ ഉപയോഗിക്കുവാൻ കഴിഞ്ഞിരുന്നില്ല, മാത്രമല്ല ശബ്ദം ഇതിൽ രേഖപ്പെടുത്താനായി കഴിയുകയില്ലായിരുന്നു.

കറുത്ത പെട്ടി അഥവാ, ബ്ലാക്ക് ബോക്സ്

ബ്ലാക്ക് ബോക്സ് എന്ന പേരിൽ അറിയപ്പെടുന്ന ഈ ഓറഞ്ചു പെട്ടിയിൽ രേഖപ്പെടുത്തപ്പെട്ട വിവരങ്ങൾ വിമാന അപകടങ്ങളുടെ അന്വേഷണങ്ങൾക്കും മറ്റ് സുരക്ഷാ വസ്തുതകളുടെ, ഉപകര ണങ്ങളുടെ അപചയം, എഞ്ചിന്റെ പ്രവർത്തനം തുടങ്ങി വിമാനവുമായി ബന്ധപ്പെട്ട കാര്യങ്ങൾ വിശകലനം ചെയ്യുന്നതിന് ഉപയോഗിക്കപ്പെടുന്നു. അപകടങ്ങളുടെ അന്വേഷണങ്ങളിലെ ഇതിന്റെ പ്രാധാന്യം കാരണം ഈ ഉപകരണം ശക്തമായ ആഘാതങ്ങൾ, അഗ്നി തുടങ്ങിയവയെ അതി ജീവിക്കുന്ന തരത്തിൽ എഞ്ചിനീയറിങ് ചെയ്ത ശക്തമായ കവചത്തിൽ നിർമ്മിക്കപ്പെടുകയാണ് ചെയ്യുന്നത്.

ബ്ലാക്കല്ല, ഓറഞ്ചോ, മഞ്ഞയോ..

ബ്ലാക്ക് ബോക്സ് എന്ന പേരിലാണ് അറിയപ്പെടുന്നതെങ്കിലും അപകടാവശിഷ്ടങ്ങളിൽനിന്ന് പെട്ടെന്ന് തിരിച്ചറിയത്തക്കവിധം തെളിഞ്ഞ ഓറഞ്ച് അല്ലെങ്കിൽ മഞ്ഞ നിറത്തിലുള്ള താപപ്രതിരോധ

ചായം പൂശപ്പെട്ട രീതിയിലാണ് ഇവ കാണപ്പെടുക, അപകടങ്ങൾ തരണം ചെയ്യുന്നതിനായി വിമാനത്തിന്റെ വാലിൽ ആണ് (Empennage, ഏറ്റവും പിൻഭാഗം) ഇവ ഘടിപ്പിക്കപ്പെടുക. ഒരു ചെരിപ്പുപെട്ടിയേക്കാൾ അല്പം കൂടുതൽ വലിപ്പമുള്ള ബ്ലാക്ബോക്സിന് പ്രകാശരശ്മികളെ പ്രതിഫലിപ്പിക്കാൻ കഴിയും. ഉയർന്ന താപത്തെ പ്രതിരോധിക്കാൻ ശേഷിയുള്ള ഉരുക്കുകവചമുള്ളതിനാൽ വൻ അഗ്നിബാധയെപ്പോലും അതിജീവിക്കാനാവും. വെള്ളത്തിൽമുങ്ങിപ്പോയാലും പ്രവർത്തനക്ഷമമായിരിക്കും. അപകടത്തിനുശേഷം ആളുകളെ അപകടസ്ഥലത്ത് നിന്നും രക്ഷപ്പെടുത്തുകയും മറ്റുള്ളവരെ കണ്ടെടുത്തതിനുംശേഷം ബ്ലാക്ക് ബോക്സിനെ കണ്ടെടുക്കുക എന്നത് പ്രാധാന്യമുള്ളതാണ്.

വിമാനത്തിന്റെ മറ്റു ചില ഭാഗങ്ങൾ

വിമാനത്തിന്റെ ഉടൽ

വിമാനത്തിന്റെ ഏറ്റവും വലിയ ഭാഗമാണ് വിമാനത്തിന്റെ ഉടൽ അഥവാ ഫ്യൂസ്‌ലേജ്. പ്രകൃതിയിലെ പക്ഷികൾ, മീനുകൾ തുടങ്ങിയവയുടെ ശരീരാകൃതിയാണ് ചലനാത്മകമായ പദാർത്ഥങ്ങളിൽ സഞ്ചരിക്കുന്ന വാഹനങ്ങൾക്ക് അനുയോജ്യം. ഇതിന് വായുഗതികരൂപം എന്നു പറയുന്നു. അതിനാൽ വിമാനങ്ങളുടെ ഉടൽ വായുഗതിക രൂപത്തിലാണ് രൂപകല്പന ചെയ്യുന്നത്. വിമാനത്തിൽ സഞ്ചരിക്കുന്ന യാത്രക്കാർ, ജോലിക്കാർ, വൈമാനികർ, ചരക്ക് എന്നിവയ്ക്ക് പുറമെ വിമാനത്തിന്റെ മറ്റു പ്രധാന ഭാഗങ്ങളായ എഞ്ചിനുകൾ, ചിറകുകൾ, കോക്പിറ്റ്, മറ്റു നിയന്ത്രണ ഭാഗങ്ങൾ എന്നിവയുടെ ഭാരവും വിമാനത്തിന്റെ ഉടൽ വഹിക്കുന്നു. ലിറോൺ ഉന്നത വേഗങ്ങളിൽ പറക്കുന്ന വിമാനങ്ങളുടെ ചിറകുകളിൽ ഫ്ളാപ്, സ്പോയ്‌ലർ, സ്ലാറ്റ് എന്നീ ചെറിയ ഭാഗങ്ങളും ഉണ്ടാവും.

കോക്പിറ്റ്

സാധാരണയായി വിമാനങ്ങളുടെ മുൻഭാഗത്ത് കാണുന്ന ഒരു ഭാഗമാണ് കോക്പിറ്റ് അഥവാ ഫ്ളൈറ്റ് ഡെക്. പൈലറ്റുമാർ കോക്പിറ്റിലിരുന്നാണ് വിമാനം നിയന്ത്രിക്കുന്നത്. വലിയ വിമാനങ്ങളിലെല്ലാം കോക്പിറ്റ് ഒരു അടച്ചിട്ട പ്രത്യേക മുറിയായിരിക്കും. ചെറിയ വിമാനങ്ങളിൽ ഇവ തുറന്നും കാണപ്പെടുന്നു.

പൈലറ്റ് ഇരിക്കുന്ന സ്ഥലത്തിന് കോക്പിറ്റ് എന്ന പദം 1914 ലാണ് ഉപയോഗത്തിൽ വന്നത്. വിമാനങ്ങൾക്കു പുറമെ ഫോർമുല വൺ പോലുള്ള മത്സരങ്ങൾക്കുപയോഗിക്കുന്ന അതിവേഗമുള്ള കാറുകളിലെ

ഡ്രൈവർ സീറ്റുകൾക്കും കോക്പിറ്റ് എന്നു പറയാറുണ്ട്. വിവിധ വിമാന നിയന്ത്രണോപാധികൾ, മാപിനികൾ തുടങ്ങിയവ കോക്പിറ്റിൽ കാണപ്പെടുന്നു. സാധാരണ വിമാനത്തിന്റെ മറ്റു ഭാഗങ്ങളിൽനിന്ന് കോക്പിറ്റ് സംരക്ഷിക്കപ്പെട്ടിരിക്കും. സെപ്തംബർ 11 ലെ ഭീകരാക്രമണത്തിനു ശേഷം പല വിമാനക്കമ്പനികളും കോക്പിറ്റിന് കൂടുതൽ സുരക്ഷാസംവിധാനങ്ങൾ നല്കുകയുണ്ടായി.

സഞ്ചാരദിശയ്ക്ക് ആപേക്ഷികമായി ചിറക് അല്പം ചെരിച്ചാണ് സ്ഥാപിക്കുന്നത്. ഈ കോണളവിനെ ആംഗിൾ ഓഫ് അറ്റാക്ക് എന്നു പറയുന്നു.

എഞ്ചിൻ മാത്രമുള്ള വിമാനങ്ങളിൽ ഫ്യൂസ്ലേജിലാണ് എഞ്ചിൻ ഘടിപ്പിക്കുക. വിമാനത്തിന്റെ ചിറകുകളും മറ്റു നിയന്ത്രണോപാധികളായ വെർട്ടിക്കൽ സ്റ്റബിലൈസർ, ഹൊറിസോണ്ടൽ സ്റ്റബിലൈസറുകൾ തുടങ്ങിയവയും വിമാനത്തിന്റെ ഉടലിൽ വിന്യസിക്കുന്നു.

ചിറകുകൾ

വിമാനത്തിന്റെ ഉടലിനു കുറുകെ ഇരുവശത്തുമായി ഏതാണ്ട് തിരശ്ചീനമായി കാണപ്പെടുന്ന ഭാഗങ്ങളാണ് ചിറകുകൾ. വിമാനത്തിനാവശ്യമായ ഉയർത്തൽ ബലം (ലിഫ്റ്റിങ് ഫോഴ്സ്) നല്കുന്നത് ഈ രണ്ട് ചിറകുകളാണ്. വിമാനത്തിന്റെ എതിർദിശയിൽ സഞ്ചരിക്കുന്ന വായു ചിറകുകളുടെ പ്രത്യേക ഘടനമൂലം താഴ്ഭാഗത്തേക്ക് സഞ്ചരിക്കുന്നു. ഈ പ്രവർത്തനത്തിന്റെ പ്രതിപ്രവർത്തനമായാണ് ഉയർത്തൽ ബലം ചിറകുകളിൽ ഉണ്ടാവുന്നത്. ചിറകുകളുടെ പരിച്ഛേദ ഘടനയ്ക്ക് എയറോഫോയിൽ എന്നു പറയുന്നു. ഉടലിന്റെ മദ്ധ്യഭാഗത്തായാണ് ചിറകുകൾ സ്ഥാപിക്കുക.

വിങ്സ്പാൻ

ചിറക് ഫ്യൂസ്ലേജുമായി ബന്ധിപ്പിച്ചിരിക്കുന്ന അറ്റത്തുനിന്ന് മറ്റേ അറ്റത്തേക്കുള്ള അകലമാണ് വിങ്സ്പാൻ. വായുവിന്റെ സഞ്ചാരദിശയെ അഭിമുഖീകരിക്കുന്ന ചിറകിന്റെ ഭാഗമാണ് ലീഡിങ് എഡ്ജ്. ലീഡിങ് എഡ്ജിന് എതിർവശമുള്ള അറ്റത്തെ ട്രെയ്ലിങ് എഡ്ജ് എന്നു പറയുന്നു. ലീഡിങ് എഡ്ജും ട്രെയ്ലിങ് എഡ്ജും തമ്മിലുള്ള അകലമാണ് കോർഡ് ലെങ്ത്ത്.

ഗ്ലാസ് കോക്പിറ്റ്

പൂർണ്ണമായും ഇലക്ട്രോണിക് ഡിസ്പ്ളേ ഉപയോഗിക്കുന്ന കോക്പിറ്റുകൾ ഗ്ലാസ് കോക്പിറ്റ് എന്നറിയപ്പെടുന്നു. ആധുനിക വിമാനങ്ങളിലാണ് ഗ്ലാസ് കോക്പിറ്റുകൾ ഉള്ളത്. സാധാരണ കോക്പിറ്റുകളിലെ യാന്ത്രിക മാപിനികൾക്കു വിരുദ്ധമായി ഗ്ലാസ് കോക്പിറ്റുകൾ കമ്പ്യൂട്ട

റുകളും കമ്പ്യൂട്ടർ ഡിസ്പ്ലേകളും വ്യാപകമായി ഉപയോഗിക്കുന്നു

ടെയിൽ പ്ലെയ്ൻ

വിമാനത്തിന്റെ വാലറ്റമാണ് ടെയിൽ പ്ലെയ്ൻ. ഇതിൽ കാണപ്പെടുന്ന ഭാഗങ്ങൾ ഇവയാണ്.

വെർട്ടിക്കൽ സ്റ്റബിലൈസർ

വിമാനത്തിന്റെ ഉടലിന്റെ പിൻഭാഗത്ത് മുകളിൽ ലംബമാനമായി സ്ഥാപിക്കുന്ന ചെറിയ ചിറകാണ് വെർട്ടിക്കൽ സ്റ്റബിലൈസർ. വിമാനത്തിനെ അതിന്റേയോ അക്ഷത്തിൽ സ്ഥിരമായി നിർത്താൻ ഇത് സഹായിക്കുന്നു. ചില വിമാനങ്ങൾക്ക് ഒന്നിലധികം വെർട്ടിക്കൽ സ്റ്റബിലൈസറുകളുമുണ്ടാവാറുണ്ട്. വെർട്ടിക്കൽ സ്റ്റബിലൈസറിൽ കാണപ്പെടുന്നതും ചലിപ്പിക്കാൻ സാധിക്കുന്നതുമായ നിയന്ത്രണ ഭാഗമാണ് റഡ്ഡർ.

ഹൊറിസോണ്ടൽ സ്റ്റബിലൈസറുകൾ

ഫ്യൂസിലേജിന്റെ പിൻഭാഗത്ത് ഇരുവശത്തുമായി കാണപ്പെടുന്ന ചെറിയ തിരശ്ചീനമായ ചിറകുകളാണ് ഹൊറിസോണ്ടൽ സ്റ്റബിലൈസറുകൾ. വിമാനത്തിനെ അതിന്റെ പിച്ച് അക്ഷത്തിൽ ദൃഢമാക്കി നിർത്താൻ ഇവ സഹായിക്കുന്നു.

ചില വിമാനങ്ങളിൽ ഹൊറിസോണ്ടൽ സ്റ്റബിലൈസറുകൾ വെർട്ടിക്കൽ സ്റ്റബിലൈസറുകളുടെ മുകളിലായോ അല്ലെങ്കിൽ വിമാനത്തിന്റെ ഉടലിന്റെ മുന്നിലായോ സ്ഥാപിക്കാറുണ്ട്. ഹൊറിസോണ്ടൽ സ്റ്റബിലൈസറുകൾ വിമാനത്തിന്റെ മുൻവശത്താണ് സ്ഥാപിച്ചിരിക്കുന്നതെങ്കിൽ അത്തരം വിമാനങ്ങളെ കാനാർഡ് വിമാനം എന്നു പറയുന്നു. ഹൊറിസോണ്ടൽ സ്റ്റബിലൈസറിൽ കാണപ്പെടുന്ന നിയന്ത്രണ ഭാഗങ്ങളാണ് എലിവേറ്ററുകൾ.

എഞ്ചിൻ

വിമാനത്തിൻ മുമ്പോട്ടുള്ള തള്ളൽ നല്കാൻ എഞ്ചിനുകൾ സഹായിക്കുന്നു. എഞ്ചിനുകളുടെ എണ്ണം ഒന്നു മുതൽ ആറുവരെ ഇന്നത്തെ വിമാനങ്ങളിൽ ആവശ്യകതയനുസരിച്ച് കാണപ്പെടുന്നു. എന്നാൽ മോട്ടോർ ഗ്ലൈഡറുകൾ ഒഴിച്ചുള്ള ഗ്ലൈഡറുകളില് എഞ്ചിന്റെ ആവശ്യമില്ല. റെസിപ്രൊക്കേറ്റിങ് എഞ്ചിൻ, ടർബൈൻ എഞ്ചിൻ,ജെറ്റ് എഞ്ചിൻ എന്നിങ്ങനെ മൂന്ന് തരം എഞ്ചിനുകളുണ്ട്. എഞ്ചിനുകളുടെ എണ്ണം ഇരട്ടയാണെങ്കിൽ അവ റോൾ അക്ഷത്തിന് ആനുരൂപ്യമായി സ്ഥാപിക്കും. എഞ്ചിനുകളുടെ എണ്ണം ഒറ്റയാണെങ്കിൽ അവസാനത്തേത് ഫ്യൂസ്ലേജിന്റെ മദ്ധ്യരേഖയിലായി സ്ഥാപിക്കുന്നു.

ലാന്റിങ് ഗിയർ

വിമാനത്തിനെ നിലത്തിറങ്ങാൻ സഹായിക്കുന്ന ഉപകരണമാണ് ലാന്റിങ് ഗിയർ. ടയറുകളും അനുബന്ധ ഉപകരണങ്ങളും ആണ് ഇതിലുണ്ടാവുക. വിമാനത്തിന്റെ ഉടലിന്റെ അടിയിലായാണ് ഇത് സ്ഥാപിക്കുക.

വിമാനത്തിന്റെ അക്ഷങ്ങൾ

വിമാനത്തിന് അതിന്റെ ഗുരുത്വകേന്ദ്രത്തെ അടിസ്ഥാനമാക്കി മൂന്ന് അക്ഷങ്ങളിൽ ചലനസ്വാതന്ത്ര്യമുണ്ട്. ഇവ യഥാക്രമം യോ അക്ഷം, പിച്ച് അക്ഷം, റോൾ അക്ഷം എന്ന് അറിയപ്പെടുന്നു. ഈ മൂന്ന് അക്ഷങ്ങളിലും വിമാനത്തിനുണ്ടാവുന്ന ചലനം യഥാക്രമം യോ, പിച്ച്, റോൾ എന്ന് അറിയപ്പെടുന്നു. എല്ലാ അക്ഷങ്ങളും ഗുരുത്വകേന്ദ്രത്തിലൂടെ കടന്നു പോകുന്നു.

യോ

ചിറകുകളുടെ തലത്തിന് (plane) ലംബമായതുമായ അക്ഷമാണ് ഇത്.

വിമാനം വശങ്ങളിൽനിന്ന് വശങ്ങളിലേക്ക് തിരിയുന്നത് യോ അക്ഷത്തിലാണ്. അതായത് വലത്തോട്ട് അല്ലെങ്കിൽ ഇടത്തോട്ട് എന്ന രീതിയിൽ. ഈ അക്ഷത്തിൽ വിമാനത്തിന് ദൃഢത നല്കുന്നത് വെർട്ടിക്കൽ സ്റ്റബിലൈസർ ആണ്.

പിച്ച്

റോൾ അക്ഷത്തിന് ലംബമായതും ചിറകുകളുടെ തലത്തിന് സമാന്തരമായതുമായ അക്ഷമാണിത്.

വിമാനത്തിന്റെ ഉടലിന്റെ മുൻഭാഗം മുകളിലേക്കും താഴേക്കും ചലിക്കുന്നത് പിച്ച് അക്ഷത്തിലെ ചലനവ്യത്യാസം മൂലമാണ്. ഈ അക്ഷത്തിൽ വിമാനത്തെ ദൃഢമാക്കി നിർത്തുന്നത് ഹൊറിസോണ്ടൽ സ്റ്റബിലൈസറുകൾ ആണ്.

റോൾ

മറ്റു രണ്ട് അക്ഷങ്ങൾക്കും സമാന്തരമായതും വിമാനത്തിന്റെ ഉടലിന്റെ രണ്ടറ്റങ്ങളേയും ബന്ധിപ്പിക്കുന്ന മദ്ധ്യരേഖയിലൂടെ പോകുന്ന അക്ഷമാണ് റോൾ. വിമാനത്തെ അതിന്റെ റോൾ അക്ഷത്ത് ദൃഢമാക്കി നിർത്തുന്നത് ചിറകുകൾ ആണ്.

നിയന്ത്രണ പ്രതലങ്ങൾ

ഒരു വിമാനത്തിന് അതിന്റെ മൂന്ന് അക്ഷങ്ങളിലും സഞ്ചാര സ്വാതന്ത്ര്യം നല്കുന്നതിനായി ചലിപ്പിക്കാൻ സാധിക്കുന്ന ചില ഭാഗങ്ങൾ വിമാനത്തിന്റെ വിവിധ ഭാഗങ്ങളിലായി സ്ഥാപിച്ചിരിക്കുന്നു. വിമാനങ്ങളെ കൂടാതെ മറ്റു പല ആകാശനൗകകളിലും ഇവയിലെ പലതും ഉപയോഗിക്കുന്നു.

എലവേറ്റർ

വിമാനത്തിന്റെ പിച്ച് പ്രതലത്തിലുള്ള ചലനം നിയന്ത്രിക്കാൻ എലവേറ്റർ ഉപയോഗിക്കുന്നു. വിമാനച്ചിറകിൽ ആണ് എലവേറ്റർ സ്ഥിതി ചെയുന്നത്.

റഡ്ഡർ

വിമാനത്തിന്റെയോ പ്രതലത്തിലുള്ള ചലനം നിയന്ത്രിക്കാൻ റഡ്ഡർ ഉപയോഗിക്കുന്നു. വിമാനത്തിന്റെ ശരീരഅക്ഷത്തിനു ലംബമായി അതിന്റെ വാലിൽ റഡ്ഡർ സ്ഥിതി ചെയുന്നു.

എയ്‌ലിറോൺ

വിമാനത്തിന്റെ റോൾ പ്രതലത്തിലുള്ള ചലനം നിയന്ത്രിക്കാൻ എയ്‌ലിറോൺ ഉപയോഗിക്കുന്നു. വിമാനത്തിന്റെ ശരീരഅക്ഷത്തിനു സാമാന്തരമായി അതിന്റെ വാലിൽ എയ്‌ലിറോൺ സ്ഥിതി ചെയുന്നു.

വിജയങ്ങളോടെ മുന്നേറ്റങ്ങൾ

മനുഷ്യന്റെ വ്യോമയാനം എന്ന സ്വപ്നം 1903 ൽ സഫലമായി. അതിനുശേഷം എന്നും ഓർത്തിരിക്കാനുള്ള നിരവധി സംഭവങ്ങളും ലോകത്തുണ്ടായി. അവയിൽ ചിലത് വിമാനയാത്ര സംബന്ധിച്ചുള്ളവയായിരുന്നു.

ഇംഗ്ലീഷ് ചാനലിന് കുറുകെ ആദ്യം

1909 കാലഘട്ടം റൈറ്റ് സഹോദരന്മാർ പറക്കൽ യന്ത്രം എന്ന ആദ്യകാല വിമാനം ഫ്ളെയർ 1 ഉം ഫ്ളെയർ 2 ഉം കണ്ടുപിടിച്ചിട്ട് അധികകാലമായിട്ടില്ല. ഇംഗ്ലണ്ടിലെ പ്രശസ്തമായ ഡെയ്‌ലി മെയിൽ എന്ന പത്രം ഒരു മത്സരം പ്രഖ്യാപിച്ചു. ഇംഗ്ലീഷ് ചാനൽ ആദ്യം പറന്നു കടക്കുന്ന സാഹസികന് ആയിരം പൗണ്ട് സമ്മാനം. ആയിരം പൗണ്ട് എന്നാൽ നമ്മുടെ 10000 രൂപയിലേറെയാണ്.

ഫ്രാൻസിനും ഇംഗ്ലണ്ടിനുമിടയിലുള്ള കടലിടുക്കാണ് ഇംഗ്ലീഷ് ചാനൽ. ആയിരം പൗണ്ട് അന്ന് വളരെ വലിയൊരു തുകയാണ്. സമ്മാനം മാത്രം മോഹിച്ച് പല സാഹസികന്മാരും പ്രസ്തുത ദൗത്യത്തിന് ഇറങ്ങി തിരിച്ചുവെങ്കിലും പരാജയമായിരുന്നു ഫലം. തുടർന്നായിരുന്നു ഫ്രാൻസിലെ എഞ്ചിനീയറായ ലൂയി ബ്ലെറിയോ എന്ന വിദ്വാൻ താൻ സ്വന്തമായി നിർമ്മിച്ച വിമാനവുമായി സാഹസത്തിനിറങ്ങിയത്. മണിക്കൂറിൽ 65 കിലോ മീറ്റർ മാത്രം വേഗതയുള്ള വിമാനത്തിൽ ഫ്രാൻസിൽനിന്ന് ജൂലൈ 25 ന് യാത്രതിരിച്ച ലൂയി മഞ്ഞുമൂടിക്കിടക്കുകയായിരുന്ന ഇംഗ്ലീഷ്ചാനലിന്റെ മുകളിലൂടെ പറന്ന് 38 മിനിറ്റ് സമയം കൊണ്ട് ഇംഗ്ലണ്ടിലെത്തിച്ചേർന്നു. മറ്റാർക്കുംകഴിയാതെ പോയ ആ ദൗത്യം ലൂയി സാധിച്ചെടുത്തു. അങ്ങനെ ആദ്യമായി ഇംഗ്ലീഷ് ചാനൽ

പറന്നു കടന്ന വീരനായി ലീയി ബ്ലെറിയോ എന്ന ഫ്രഞ്ചുകാരൻ.

ധ്രുവ പ്രദേശത്ത് ആദ്യം

മഞ്ഞു മൂടികിടക്കുന്ന ധ്രുവ പ്രദേശം ശാസ്ത്രകുതുകികളുടെ സ്വപ്ന ഭൂമിയാണ്. ആകാശമാർഗ്ഗേണ ആദ്യമായി ധ്രുവ പ്രദേശത്ത് എത്തിച്ചേരാനും പലരും ശ്രമിക്കുകയുണ്ടായി. ആദ്യമായി ധ്രുവ പ്രദേശത്ത് എത്തിച്ചേർന്നത് റിച്ചാർഡ് ബൈഡ്, ഫ്ളോയ്ഡ് ബെന്നറ്റ് എന്നിവരായിരുന്നു. ജോസഫൈൻ ഫോർഡ് എന്ന വിമാനത്തിലായിരുന്നു 1926 മെയ് 8 നുള്ള ഈ യാത്ര. അതിനുശേഷം ബൈഡ് പല തവണ ധ്രുവ പ്രദേശങ്ങളിൽ സാഹസികയാത്ര നടത്തിയിട്ടുണ്ട്. 1929 നവംബർ 28 ന് 3 എഞ്ചിനുകളുള്ള ഒരു വിമാനത്തിൽ ഉത്തരധ്രുവത്തിൽനിന്നും ദക്ഷിണധ്രുവത്തിലേക്ക് യാത്ര നടത്തി. അങ്ങനെ രണ്ടു ധ്രുവങ്ങൾക്കും മീതെ പറന്ന ആദ്യ വ്യക്തിയെന്ന ബഹുമതി റിച്ചാർഡ് ബൈഡിന് മാത്രം സ്വന്തമായി. വിമാനത്തിൽനിന്നും ആകാശത്തേക്കു ചാടി സുരക്ഷിതമായി താഴെ എത്തുന്നതിനാണ് സ്കൈ ഡൈവിങ് അഥവാ ആകാശ നീന്തൽ എന്നു പറയുന്നത്. ഇന്ത്യയിലെ ആദ്യത്തെ ലേഡി സ്കൈ ഡൈവർ മലയാളിയായ റേച്ചൽ തോമസ് ആണ്. 680 ആകാശ ചാട്ടങ്ങളാണ് ഇവർ ഇതിനകം നടത്തിയത്. 1995 ൽ ഭാരതത്തിലെ പ്രഥമ ദേശീയ സാഹസിക സമ്മാനം റേച്ചലിനാണ് ലഭിച്ചത്.

പാരസ്കെയിലിങ്

സ്കൈ ഡൈവിങ് എന്ന ആകാശച്ചാട്ടത്തിന്റെ ചെറിയരൂപം എന്നാണ് പാരസ്കെയിലിങ് അറിയപ്പെടുന്നത്. വിമാനത്തിൽ കയറാതെ പാരച്യൂട്ടിൽ പറന്നിറങ്ങുന്ന വിദ്യയാണിത്. പാരച്യൂട്ട് ശരീരത്തിൽ ധരിച്ച ആളെ ആകാശത്തേക്കുയർത്തുകയാണ് പാരാസ്കെയിലിന്റെ ആദ്യ പടി. ജീപ്പിലോ മറ്റു തുറന്ന വാഹനങ്ങളിലോ കെട്ടി വലിച്ചാണ് ആളെ വഹിക്കുന്നത്. ഇയാളുടെ ശരീരത്തിൽ ഒരു ചരട് കെട്ടി, 200 അടി എങ്കിലും അകലെനിർത്തിയിരിക്കുന്ന വാഹനവുമായി ബന്ധിപ്പിക്കും. വാഹനം ചെറിയരീതിയിൽ മുന്നോട്ട് നീങ്ങിത്തുടങ്ങുമ്പോൾ പാരച്യൂട്ട് ധരിച്ച ആളും ഒപ്പം ചാടണം. പതുക്കെ ഓടുന്ന ആൾ ധരിച്ച പാരച്യൂട്ട്വിശാലമായി വിടരുന്ന മുറയ്ക്ക് അത് ആകാശത്തേക്കുയരും. അതിനൊപ്പം ആളും. പാരച്യൂട്ട് പരമാവധി ഉയരത്തിലെത്തിയെന്നു ബോദ്ധ്യപ്പെടുമ്പോൾ വാഹനത്തിൽനിന്ന് വേർപ്പെടുത്തുന്നു. ക്രമേണ പാരച്യൂട്ടും താഴുകയായി.

സമ്മാനമില്ലാതെയും ഇംഗ്ലീഷ് ചാനലിന് കുറുകെ

ലൂയി ബ്ലറിയോ ആയിരം പൗണ്ട് മോഹിച്ചാണ് ഇംഗ്ലീഷ് ചാനലിന് കുറുകെ വിമാനത്തിൽ സഞ്ചരിച്ച് ചരിത്രമായത്. എന്നാൽ സാഹസി

കത ഒന്നുകൊണ്ടുമാത്രം ചില വീരന്മാർ ഇതിന് ശ്രമിച്ചിട്ടുണ്ട്. ഇംഗ്ലണ്ടിനും ഫ്രാൻസിനുമിടയിൽ 34 കിലോമീറ്റർ വീതിയിലുള്ള ഈ കായൽ ഒരു സൈക്കിൾ വിമാനത്തിൽ ചുറ്റിയ വിദ്വാനാണ് ബ്രിയാൻ അലൻ. 1979 ലാണ് സൈക്കിൾ പോലെ പെഡൽ ചവിട്ടി പറപ്പിക്കുന്ന ഈ വിമാനവുമായി സാഹസത്തിനൊരുങ്ങിയത്. ഇന്ധനമില്ലാത്ത ഈ വിമാനത്തിന്റെ പേര് ഗൊസാമിൻ ആൽബട്രോസ് എന്നായിരുന്നു. 2 മണിക്കൂർ 20 മിനുട്ട് വേണ്ടിവന്നു അലന് തന്റെ പെഡൽ വിമാനം ഫ്രാൻസിൽനിന്നും ഇംഗ്ലണ്ടിന്റെ തീരത്തെത്തിക്കാൻ.

ലൂയി ബ്ലറിയോ

അറ്റ്ലാന്റിക്കിന് കുറുകെ

ഇംഗ്ലീഷ് ചാനലിന് കുറുകെ വിമാനം പറത്തി വിജയിച്ചതറിഞ്ഞ് അറ്റ്ലാന്റിക് മഹാസമുദ്രം ചുറ്റാനായി പിന്നീട് മനുഷ്യന്റെ ശ്രമങ്ങൾ. അമേരിക്കയ്ക്കും യൂറോപ്പിനുമിടയിൽ വിശാലമായി നീണ്ട് പരന്ന് കിടക്കുന്ന സമുദ്രമാണ് അറ്റ്ലാന്റിക്ക്. ആയിരക്കണക്കിന് കിലോമീറ്റർ വീതിയുള്ള ഈ വമ്പൻ ജലസ്രോതസ്സ് കടക്കുക എന്നത് ഇന്ന് അത്ര വലിയ കാര്യമേ അല്ല. എന്നാൽ പണ്ട് നല്ല വേഗതയുള്ള കപ്പലുകൾക്കേ ഇത് സാദ്ധ്യമായിരുന്നുള്ളൂ.

അസാദ്ധ്യമായ രക്ഷ

കഴിഞ്ഞ നൂറ്റാണ്ടിന്റെ ആദ്യ കാലത്ത് 2 വൈമാനികർ വിമാനത്തിൽ അറ്റ്ലാന്റിക്ക് മുറിച്ചുകടക്കാൻ തന്നെ തീരുമാനിച്ചു. വിമാനം പറപ്പിക്കുന്നത് ഏറെ ശ്രമകരവും ചെലവേറിയതുമായിരുന്ന ഒരു കാലത്താണ് ഈ സാഹസിക തീരുമാനമെന്നോർക്കണം. മൂടൽ മഞ്ഞും കൊടുങ്കാറ്റിലുമൊക്കെ വിമാനം പെട്ടുപോയാൽ രക്ഷപ്പെടുക അസാദ്ധ്യമായ അക്കാലത്ത്.

കാറ്റിലും മഞ്ഞിലും

1919 ജൂൺ 15 ന് ജോൺ ആൽക്കോക്ക്,ആർതർ ബ്രൗൺ എന്നീ വൈമാനികരായിരുന്നു ഈ ഉദ്യമത്തിനു പിന്നിൽ. അമേരിക്കയിൽനിന്നു പറന്നുയർന്ന വിമാനം കാറ്റിലും മഞ്ഞിലുംപെട്ട് ആടിയുലയുഞ്ഞു. ശക്തമായ മഞ്ഞുവീഴ്ച കാരണം മഞ്ഞുകട്ടകൾ എഞ്ചിനിൽ പറ്റിപ്പിടിച്ചത്,ചിറകിൽ തൂങ്ങിക്കിടന്ന് എടുത്ത് കളയേണ്ടിയും വന്നു. ഇടയ്ക്ക്

വിമാനംതാഴുകയും തിരമാലകൾ, തലകീഴായി തൊട്ടുതൊട്ടില്ല എന്ന മട്ടിൽ പറക്കുകയുണ്ടായി. എല്ലാം സഹിച്ച് ചരിത്രത്തിലാദ്യമായി ആ റെക്കോർഡ് അവർ നേടിയെടുക്കുക തന്നെചെയ്തു.

ലക്ഷ്യ സാഫല്യം

പതിനാറ് മണിക്കൂർ നേരത്തെ അശ്രാന്തപരിശ്രമത്തിനൊടുവിൽ യൂറോപ്പിലെ അയർലണ്ടിലെ ഒരു ചതുപ്പു നിലത്ത് വിമാനം ഇടിച്ചിറങ്ങി. അങ്ങനെ ഒരൊറ്റ യാത്രയിൽതന്നെ എവിടെയും നിർത്താതെ അറ്റ്ലാന്റിക് മഹാസമുദ്രം പറന്നു കടന്നവർ അലോകും, ബ്രൗണും മാത്രമായി. കണ്ടുനിന്നവരും കേട്ടറിഞ്ഞവരും ഇരുവരെയും അഭിനന്ദനങ്ങൾകൊണ്ട് മൂടി. തങ്ങൾ അനുഭവിച്ച യാതനകൾ പൊടിപ്പും തൊങ്ങലുംവെച്ച് കൂടി നിന്നവരോട് വിവരിച്ചപ്പോൾ സകലരും അത്ഭുതസ്തബ്ധരായി നിന്നുവത്രേ.

അറ്റ്ലാന്റിക്കിന് കുറുകെ തനിയെ ഒരാൾ

അറ്റ്ലാന്റിക്കിനെ കീഴടക്കിയത് അലോകും, ബ്രൗണും ഒരുമിച്ചായിരുന്നുവല്ലോ. എന്നാൽ ഒരാൾ തനിയെ ഈ മഹാദൗത്യം നിറവേറ്റി എന്നു കേൾക്കുമ്പോൾ അതിശയം വർദ്ധിക്കുകതന്നെയാണ്. അമേരിക്കക്കാരനായ ചാൾസ് ലിൻഡ് ബർഗ്ഗ് എന്ന 30 വയസ്സുകാരൻ

ചാൾസ് ലിൻഡ് ബർഗ്ഗ്

ന്യൂയോർക്കിൽ നിന്നും പാരീസ് വരെ 5800 കിലോമീറ്ററാണെത്രേ ഒരേ ഇരുപ്പിൽ വിമാനം പറപ്പിച്ചത്. ഒരു പോള കണ്ണടയ്ക്കാതെ ലക്ഷ്യംമാത്രം മുന്നിൽ കണ്ട് 33 മണിക്കൂറിന് ശേഷം പാരീസിൽ പറന്നിറങ്ങിയപ്പോൾ ലക്ഷക്കണക്കിന് പേരാണെത്രേ ചാൾസിന് വിജയാശംസകൾ നേരാൻ കാത്തിരുന്നത്. ഈ കാഴ്ചക്കാരിൽ ജവഹർലാൽ നെഹ്റുവും മകൾ ഇന്ദിരാഗാന്ധിയുമുണ്ടായിരുന്നു.

ബലൂൺ യാത്ര ശാന്തസമുദ്രത്തിന് മുകളിലൂടെ

ഇതുവരെ എഞ്ചിൻ ഘടിപ്പിച്ച വിമാനത്തിൽ സമുദ്രം താണ്ടിയവരെയാണ് നമ്മൾ പരിചയപ്പെട്ടത്. വിമാനത്തിന് മുമ്പ് മനുഷ്യൻ ആകാശയാത്ര നടത്തിയ ബലൂണിൽ കയറി ലോകത്തിലെ ഏറ്റവും വലിയ സമുദ്രമായ ശാന്തസമുദ്രം താണ്ടിയവരെയാണ് ഇനി നമ്മൾ അറിയേണ്ടത്.

കൂടുതൽ ബലൂണിൽ

ആയിരക്കണക്കിന് വീതിയുണ്ട് ശാന്തസമുദ്രത്തിന്റെ പലയിടങ്ങളിലും ഇന്നും ശാന്തസമുദ്രം കുറുകെ താണ്ടാൻ സാധാരണ വിമാനങ്ങൾ മണിക്കൂറുകൾ നിരവധി എടുക്കും. പഴയ കാലത്തെ കപ്പലുകളാണെങ്കിൽ പല മാസങ്ങളും. ഈ ശാന്തസമുദ്രമാണ് ചില സാഹസിക സഞ്ചാരികൾ ഒരു പടുകൂറ്റൻ ബലൂണിൽ കയറി കുറുകെ കടന്നത്.

ആറായിരം ദൂരെ

1981 ലാണ് ലോകത്തിൽ ആദ്യത്തെ ഈ യാത്ര സംഭവിക്കുന്നത്. ഇവിടെയും അമേരിക്കക്കാർതന്നെ നായകർ. ബെൻ അബ്രൂസോയും ചങ്ങാതിമാരായ മറ്റുമൂന്നുപേരും കൂടിയായിരുന്നു യാത്ര. നവംബർ 13 ന് ജപ്പാനിൽനിന്നും പുറപ്പെട്ട അവർ കാറ്റിൽപ്പെട്ട് പതുക്കെ ശാന്തസമുദ്രത്തിന് മുകളിലൂടെ നീങ്ങി. അങ്ങനെ ഒടുവിൽ മൂന്ന് ദിവസങ്ങൾക്ക് ശേഷം അമേരിക്കയിലെ കാലിഫോർണിയയിലുള്ള ഒരു കുറ്റിക്കാടു മൈതാനിയിൽച്ചെന്ന് വീഴുകയായിരുന്നു. അപ്പോഴേക്കും അവർ ആറായിരം കിലോമീറ്ററിലധികം ആകാശമാർഗ്ഗേണ സഞ്ചരിച്ചു കഴിഞ്ഞിരുന്നുവത്രേ.

സൂപ്പർ സോണിക് വിമാനങ്ങൾ

വളരെ വേഗത്തിലാണ് ശബ്ദത്തിന്റെ സഞ്ചാരം. ശബ്ദം സഞ്ചരിക്കുന്നത് വായുവിലൂടെയും. മണിക്കൂറിൽ 1175 കിലോമീറ്റർ വേഗത്തിൽ. ശബ്ദത്തിന്റെയത്ര വേഗത്തിൽ വിമാനത്തിന് എങ്ങനെ സഞ്ചരിക്കാനാവും. ശാസ്ത്രജ്ഞന്മാർ ഇത്തരമൊരു സംശയംവെച്ച് ഏറെക്കാലം നടന്നിരുന്നു. ഇത്ര വേഗത്തിൽ പോയ വിമാനം അഗ്നിബാധയേറ്റു തകരുമെന്ന് പലരും ഭയാശങ്ക രേഖപ്പെടുത്തി.

ഒരു സൂപ്പർ സോണിക് വിമാനം

യീഗാർ

തനിക്കു ശരിയെന്നുതോന്നുന്നതേ വിശ്വസിക്കു എന്ന തത്ത്വത്തിലുറച്ചു വിശ്വസിച്ചിരുന്ന ഒരു ബുദ്ധിജീവി പൈലറ്റിന് ഇത്തരം വിശ്വാസങ്ങളിൽ കഴമ്പില്ലെന്നു തോന്നി. അമേരിക്കക്കാരനായ ചക്‌യീഗാർ എന്ന പൈലറ്റിന്. അദ്ദേഹം വളരെ ശക്തിയുള്ള ഒരു എഞ്ചിൻ തന്റെ ചെറിയ വിമാനത്തിൽ ഘടിപ്പിച്ച് ആകാശത്തേക്ക് കുതിച്ചു. ഏറെ താമസിയാതെ വിമാനത്തിന്റെ വേഗത വർദ്ധിച്ച് വർദ്ധിച്ച് ശബ്ദത്തെ പിന്നിലാക്കുന്നതിലേക്കു വളർന്നു. വൈകാതെ തന്റെ വിശ്വാസം ബലപ്പെട്ടുവെന്ന ആത്മഹർഷത്തിൽ യീഗാർവിമാനം നിലത്തിറക്കുകയും ചെയ്തു. അങ്ങനെയാണ് ഇന്നത്തെ സൂപ്പർസോണിക് ജെറ്റുവിമാനങ്ങൾ ആകാശമാർഗ്ഗം കീഴടക്കുന്നത്.

Printed by Libri Plureos GmbH in Hamburg,
Germany